உரக்கச் சொல்லாத
சின்னஞ் சிறிய கதை

உரக்கச் சொல்லாத சின்னஞ் சிறிய கதை

மனுஷா ப்ரபானி திஸாநாயக்க

தமிழில்

எம். ரிஷான் ஷெரீப்

எதிர்
வெளியீடு

உரக்கச் சொல்லாத சின்னஞ் சிறிய கதை
மனுஷா ப்ரபானி திஸாநாயக்க
தமிழில்: எம். ரிஷான் ஷெரீப்

முதல் பதிப்பு: ஜனவரி 2025

எதிர் வெளியீடு,
96, நியூ ஸ்கீம் ரோடு, பொள்ளாச்சி - 642 002
தொலைபேசி: 04259 226012, 99425 11302

விலை: ரூ. 230

Urakkac collata cinnañ ciriya katai
Manusha Prabani Dissanayake
Translated by M. Rishan Shareef

Copyright © Manusha Prabani Dissanayake
Translation Copyright © M. Rishan Shareef

First Edition: January 2025

Published by
Ethir Veliyeedu, 96, New Scheme Road, Pollachi - 2
email: ethirveliyedu@gmail.com
www.ethirveliyeedu.com

ISBN: 978-93-48598-31-8
Cover Design: Negizhan
Printed at Jothy Enterprises, Chennai.

All rights reserved. No part of this book may be reprinted or reproduced or utilised in any form or by any electronic, mechanical or other means, now known or hereafter invented, including photocopying and recording, or in any information storage or retrieval system, without permission in writing from the publisher.

மனுஷா ப்ரபானி திஸாநாயக்க

இலங்கையில் சிங்கள மொழியில் சிறுகதைகளையும், கவிதைகளையும் எழுதி வரும் எழுத்தாளர் மனுஷா ப்ரபானி திஸாநாயக்க ஒரு விளம்பர நிறுவனத்தில் கலை இயக்குனராகவும், விளம்பரங்களை எழுதுபவராகவும் இரண்டு தசாப்தங்களுக்கு மேலாக பணி புரிந்து வருகிறார். இலங்கைத் தொலைக்காட்சிகளில் பார்க்கக் கிடைக்கும் பெரும்பாலான விளம்பரங்கள் இவர் எழுதியவைதான்.

மனிதர்களிடையேயான நேச உணர்வுகளைக் குறித்த கதைகளை அதிகளவில் எழுதி வரும் இவரது சிறுகதைகளில் ஒன்று, உலகின் சிறந்த காதல் கதைகள் எனத் தேர்ந்தெடுக்கப்பட்டு வெளியிடப்பட்ட சிறுகதைத் தொகுப்பில் இடம்பெற்றிருப்பது குறிப்பிடத்தக்கது. அவ்வாறே இவரது சிறுகதைத் தொகுப்பு விதர்ஷன சாகித்திய விருதுவிழாவில் முதன்மையான ஐந்து சிறுகதைத் தொகுப்புகளில் ஒன்றாகத் தேர்ந்தெடுக்கப்பட்டிருக்கிறது.

தொடர்புக்கு: manupraba55@gmail.com

எம். ரிஷான் ஷெரீப்
மொழிபெயர்ப்பாளர்

எம். ரிஷான் ஷெரீப் இலங்கையைச் சேர்ந்த தமிழ் எழுத்தாளரும், கவிஞரும், ஊடகவியலாளரும், மொழிபெயர்ப்பாளரும் ஆவார். நாவல், கவிதை, சிறுகதை, கட்டுரை, புகைப்படம் ஆகிய துறைகளில் பங்களிப்பு செய்து வரும் இவர் சிங்களம், ஆங்கிலம் ஆகிய மொழிகளிலிருந்து தமிழுக்கு மொழிபெயர்ப்புகளையும் மேற்கொண்டு வருகிறார். இந்த நூல்களுக்காக இவர் இதுவரையில் இலங்கை அரச சாகித்திய விருது, கொடகே இலக்கிய விருது, துரைவி விருது, இந்தியா வம்சி விருது, கனடா இயல் விருது, இந்தியா வாசகசாலை விருது போன்ற முக்கியமான விருதுகளை வென்றுள்ளார். இவரது படைப்புகள் சிங்களம், ஆங்கிலம், மலையாளம் ஆகிய மொழிகளில் மொழிபெயர்க்கப்பட்டு வெளியாகியுள்ளன.

ஐந்து விளக்குகளின் கதைகள், *சாமிமலை* (இலங்கை அரச சாகித்திய இலக்கிய விருது), *ஊழின் அடிமையாக–வேட்கை தணிக்கும் பெண்ணின் சுயசரிதை*, *ஆகம்* ஆகிய மொழிபெயர்ப்பு நூல்களை 'எதிர் வெளியீடு' பதிப்பித்துள்ளது.

தொடர்புக்கு: mrishansh@gmail.com

காதலின் சௌந்தர்யம் – மனு	09
சிறுமியின் மூன்று காதல்கள் – ரிஷான்	13
முன்னுரை	17
வர்ண மேகங்களிடையே இருந்து	25
வனவாசியும், லௌகீகவாதியும்	53
உரக்கச் சொல்லாத சின்னஞ் சிறிய கதை	93

காதலின் சௌந்தர்யம்

இந்த நூலை வாசிக்கும் உங்கள் அனைவருக்கும் நேசத்தோடு,

எழுத்தாளர்களாகிய எமக்கு எழுதுவதற்கு எவ்வளவோ விடயங்கள் இருக்க, காதல் கதைகளை ஏன் எழுதுகிறீர்கள் என்று சிலர் கேட்கிறார்கள். காதல் கதைகள் மிக எளிதாகக் கிடைக்கின்றன என்று பலரும் கூறுகிறார்கள். காதல் கதைகள்தான் எழுதுவதற்கு இலகுவானவை என்றும் பெரும்பாலானோர் கருதுகிறார்கள். என்றாலும் காதலோ, நேசமோ ஒருபோதும் இலகுவானதல்ல. காதலில் நீங்கள் வாடித் தவித்திருந்தால் உங்களுக்கு அது தெரிந்திருக்கும்.

சிலருக்கோ காதல் மிக இலகுவாக வாய்க்கிறது. சிலருக்கோ அவ்வாறில்லை. இவ்வுலகில் அதிகளவு உற்சாகமானதும், துயர் மிகுந்ததும்தான் காதல். சிலவேளை காதலானது மரணத்தைத் தாண்டியும் வாழக் கூடியது. சிறுபிள்ளைத்தனமான காதல், தந்திரமான காதல் என இரண்டு விதமான காதல்கள் இருப்பதாகவும் சிலர் நம்புகிறார்கள். என்றாலும் காதலில் சிறுபிள்ளைத்தனமாக ஆகவில்லையாயின் அதன் சௌந்தர்யத்தை அனுபவிக்க முடியாது. காதல் ஒருதலையாகவும், இருதலையாகவும் இருக்கலாம். காதலால் தனித்தியங்க முடியுமாக இருப்பதுவே விந்தையானது, இல்லையா? காதலுக்கென

பல வரைவிலக்கணங்கள் இருந்த போதிலும், அதற்கென தனியானதோர் ஒற்றை விளக்கம் இல்லாமையே அதிலுள்ள சிக்கல்களை எடுத்துரைக்கிறது.

என்னால் எழுதப்பட்ட மாய யதார்த்தக் காதல் கதைகளிரண்டும், யதார்த்தக் காதல் கதையொன்றும் எனது ப்ரியத்துக்குரிய நண்பர் ரிஷானினால் இங்கு தமிழில் மொழிபெயர்க்கப்பட்டிருக்கின்றன. இதிலுள்ள யதார்த்தக் கதைதான் என்னால் எழுதப்பட்ட முதல் கதை என்பது குறிப்பிடத்தக்கது. 2015ஆம் ஆண்டில் அதனை எழுதினேன். அந்தக் காலகட்டத்தில் நான் அளித்த அன்புக்கு ஈடான அன்பொன்று எனக்குத் தேவையான அளவு ஒருபோதும் கிடைக்கப் பெறாததால், நானே எனக்குத் தேவையான அளவு என்னைக் காதலிக்கும் ஒருவனை மனதில் சிருஷ்டித்து அந்தக் கதையை எழுதியிருப்பதை இப்போது உணர்கிறேன்.

அதிகம் சிரிப்பவர்கள்தான் அதிகளவு கண்ணீரை உள்ளுக்குள் மறைத்து வைத்திருப்பார்கள் என்று சொல்வார்கள். அவ்வாறே அதீதமாகக் காதலிக்கும் இருவருக்குத்தான் எப்போதும் அதீதமான காதல் தேவைப்படுகிறது என்பதுவும் உண்மை. இங்கு அதீத காதலை வழங்கும் தரப்பிலிருந்துதான் நான் இவற்றை எழுதியிருக்கிறேன். உண்மையில் எழுதியதல்ல. என்னைக் கொண்டு இவை தம்மைத்தாமே எழுதிக் கொண்டன என்பதுதான் நிஜம்.

மாய யதார்த்தம் அல்ல, எந்த யதார்த்தத்தில் எழுதினாலும் காதல் என்பது ஒருபோதும் முழுமையாவதில்லை. காதலிலுள்ள அந்தக் குறையினாலேயே உலக இலக்கியத்தில் காதல் எனும் உணர்வு செழித்து வளர்ந்திருக்கிறது. காதலிலேயே அனைத்தும் கிடைத்து விடுமானால் எவராலும் காதல் கதைகளோ, கவிதைகளோ, பாடல்களோ, நாடகங்களோ எழுதப்படாது, இல்லையா?

இந்தக் காதல் கதைகளை வாசிப்பதன் மூலம் உங்களுக்கு உங்கள் காதலைத் தெரிவிக்க ஒரு தைரியமும், ஒரு வழியும் தோன்றுமாயின், காதலை வழங்குபவரைக் கௌரவிக்கத் தோன்றுமாயின் அது என்னை மகிழ்விக்கும். காதலானது அதிகளவில் கிடைக்கையில் அது குறைவாகவே வேண்டும் என்று சொல்லும் பலவீனமானவர்களோ, பலசாலிகளோ, அதிபுத்திசாலிகளோ இந்த உலகில் இல்லை.

'இலங்கையிலிருந்து மனு' என்று குறிப்பிட்டு சிங்களத்தில் எழுதும் நான் ஒரு மூலையில் மறைந்திருந்த வேளையில் என்னைக் கண்டெடுத்த ரிஷானுக்கு எனது எல்லையற்ற நன்றியை இத்தால் தெரிவிக்கிறேன். அத்தோடு இந்தத் தொகுப்புக்கு முன்னுரை எழுதியிருக்கும் எழுத்தாளர் உமையாழுக்கும், இந்த நூலை வெளியிடும் எதிர் வெளியீடு பதிப்பகத்திற்கும் எனது நன்றியைத் தெரிவித்துக் கொள்கிறேன்.

இந்தத் தமிழ் மொழிபெயர்ப்பு நூல் உங்கள் மனதைப் பாதிக்குமானால் அதைக் குறித்து ரிஷானுக்கு எழுதுவதைப் போலவே எனக்கும் எழுதுங்கள்.

நேசத்தோடு,
இலங்கையிலிருந்து

10.11.2024

மனு

சிறுமியின் மூன்று காதல்கள்

'ஆகம்', 'பின்தொடர்தல்' ஆகிய கதைகளின் மூலம் தமிழ் வாசகர்கள் நன்கறிந்தவர்தான் எழுத்தாளர் மனுஷா ப்ரபானி திஸாநாயக்க. உலகமே கொண்டாடிய காதல் கதைகள் அவை. தனது வசீகரிக்கும் எழுத்துகளால் சிங்கள இலக்கிய உலகில் மாயாஜாலத்தை நிகழ்த்திக் கொண்டிருப்பவர் அவர். அதிலும் குறிப்பாக அவர் எழுதுபவை அனைத்துமே இரண்டு மனங்களில் ஊடாடும் அதி உன்னதமான நேசத்தை எடுத்துரைக்கும் காதல் கதைகளாக இருப்பதைக் காணலாம்.

இந்தத் தொகுப்பில் இடம்பெற்றிருக்கும் 'வன ரட்சகியும், லௌகீகவாதியும்', 'வர்ண மேகங்களிடையே இருந்து', 'உரக்கச் சொல்லாத சின்னஞ் சிறிய கதை' ஆகிய மூன்று நெடுங்கதைகளுமே அவ்வாறான காதல் கதைகள்தான். இவற்றுள் இரண்டு கதைகள் அதீத புனைவுத் தன்மையுள்ள மாய யதார்த்தக் காதல் கதைகளாகவும், ஒரு கதை யதார்த்தமான கதையாகவும் இருக்கின்றன. மூன்றிற்கும் பொதுவானதாகவும், பிரதானமானதாகவும் காதலி கதாபாத்திரத்தின் காதல் பதின்ம வயதில் தொடங்கப்பட்ட முதற்காதலாக இருப்பதைக் காணலாம்.

கட்டுப்பாடான குடும்பத்தில் வளரும் பதின்ம வயதுச் சிறுமி கடவுளைக் காதலிப்பதுவும், வயதில் முதிர்ந்த ஒருவரைக் காதலித்து கன்னிமாதா ஆவதுவும் இங்கு அதீத புனைவுகளுடனான மாய யதார்த்தக் கதைகளாகவும்,

தனது பால்ய காலத் தோழனுடனான காதலால் ஓர் எழுத்தாளர் ஆக ஆவது யதார்த்தமான கதையாகவும் விவரிக்கப்பட்டுள்ளது.

எவராலும் முதற்காதலை, அதிலும் குறிப்பாக பதின்ம வயதில் ஏற்படும் முதற்காதலைத் தனது வாழ்நாளில் மறக்கவே முடியாது. அந்த வகையில் மனுஷாவின் இந்தக் கதாபாத்திரங்களும் தமது வாழ்வில் காதல் ஏற்படுத்திய தாக்கங்களையும், அதன் சௌர்ந்தர்யங்களையும் மிக ஆழமாக காதல் மொழியில் அலசுகின்றன. காதலின் ஊடல்களும், கூடல்களும் வாழ்வியலில் எவ்வாறான மாற்றங்களையெல்லாம் ஏற்படுத்தக் கூடும் என்பதை இந்தக் கதைகளில் அவதானிக்கலாம்.

இந்தக் கதைகள் ஒவ்வொன்றையும் மொழிபெயர்த்ததும் எழுத்தாளர் சாருநிவேதிதாவின் பார்வைக்குத்தான் முதலில் அனுப்பி வைத்தேன். நல்லதோ கெட்டதோ எதுவாக இருப்பினும் எதையும் முகத்துக்கு நேரே கூறி விடும் அன்பு நண்பர் அவர். இந்தக் கதைகளைப் படித்த அவர் 'இவை அற்புதமான காதல் கதைகள்' என்றார். நம் சமூகத்துப் பெண்ணொருவரால் இவ்வாறான புனைவுகள் வெளிப்படையாக எழுதப்படுவதே அபூர்வமானது என்பதைக் குறித்து நாங்கள் கலந்துரையாடினோம். இந்தக் காதல் கதைகளை தமிழ் வாசக சமூகம் எவ்வாறு எடுத்துக் கொள்ளப் போகிறது என்பதைக் காண நாங்கள் ஆவலாக இருக்கிறோம்.

அற்புதமான காதல் நெஞ்சம் கொண்ட அன்பு நண்பரும், 'உமையாழ்' எனும் பெயரில் எழுதி வருபவருமான அஹமத் லுத்ஃபி காதல் குறித்த நேர்மையான பதிவுகளை அதிகமாக எழுதி வருபவர். அவரது பார்வையில் இந்தக் கதைகள் எவ்வாறிருக்கின்றன என்பதை அவரது காத்திரமான முன்னுரை தெளிவுபடுத்துகிறது.

இந்தக் கணத்தில் தனது கதைகளை மொழிபெயர்க்க அனுமதித்த எழுத்தாளர் மனுஷா ப்ரபானி திஸாநாயக்கவையும், தனது கருத்துக்கள் மூலம் என்னுள் தன்னம்பிக்கையை விதைத்து, இலக்கிய உலகில் தொடர்ந்து ஈடுபட உத்வேகமளிக்கும் எழுத்தாளர் சாருநிவேதிதாவையும், இந்த நூலுக்கு ஓர் அருமையான முன்னுரையை எழுதித் தந்திருக்கும் எழுத்தாளர் அஹமத் லுத்ஃபி (உமையாழ்) க்கும், நூலாகப் பிரசுரிக்கும் அன்பு நண்பர் அனுஷுக்கும், எதிர்வெளியீடு பதிப்பகத்திற்கும், நூல் வெளியீட்டில் பங்காற்றிய அனைவருக்கும் எனது மனமார்ந்த நன்றியைத் தெரிவித்துக் கொள்கிறேன்.

என்றும் அன்புடன்,

10.11.2024 **எம். ரிஷான் ஷெரீப்**

முன்னுரை

அற்பமானதும், அற்புதமானதும்!

காதல் எவ்வளவு அற்புதமானது எனக் கருதுகிறோமோ, அதே அளவு அற்பமானதும் கூட!

எல்லோரும் காதலின் சுவையையும் அதன் துயரங்களையும் ஏதோ ஒருவகையில் கடந்திருப்போம். ஆனால் அதைப் பதிவுகளாக ஆக்கிக் கொள்ளும் திறன் எழுத்தாளர்களுக்கும், படைப்பாளிகளுக்குமே இருக்கிறது. இன்னொரு விடயமும் கவனிக்கத்தக்கது; காதலின் துயரங்கள்தான் காலங்கடந்தும் பேசப்படுபவையாக இருக்கின்றன. நாமறிந்த புகழ்பெற்ற காதல் கதைகள் எல்லாமும் துயரங்களை முடிவுகளாகக் கொண்டவையே. ஒருவேளை எழுத்தாளர்களும், படைப்பாளிகளும் துயரத்தைத்தான் பதிவு செய்ய நாடுகிறார்களோ என்னவோ!

அவ்வாறான துயரங்கலந்த எத்தனையோ படைப்புகளை வாசித்திருந்தாலும், பதின்மத்தில் நான் வாசித்த கலீல் ஜிப்ரானின் 'The Broken Wings' என்னுடைய உள்ளத்தில் அழியாத இடம் பிடித்ததொன்று. 'முறிந்த சிறகுகள்' ஜிப்ரானின் சொந்தக் கதை. உலகின் எங்கோர் மூலையில் இருந்து செல்மாவின் மரணச் சேதி கேட்டுக் கலங்கி அழுது வடித்து, மையிற்குப் பதிலாக தன்னையே உருக்கி ஊற்றி அவன் எழுதிய காதல் காவியம்.

அவனது காதல் மறுக்கப்பட்டு அவள் மாற்றானின் மனைவியான பின்னும் கூட, அவள் துன்பத்தில் உழல்வது கண்டு, அவளைத் தன்னுடனே வந்துவிடும்படி வேண்டினான் ஜிப்ரான். ஆனால் இரண்டாவது முறையும் அவனது காதலும், அழைப்பும் மறுக்கப்பட்டன. பின்னர் ஒருநாளில், அவனின் காதலி செல்மா இறந்த துக்கத்தில், அவளது கல்லறையில் நாள்பட்ட பூங்கொத்தொன்றைப் போல படுத்துக் கிடந்தான். முடிவில் தன் படைப்பின் மூலம் செல்மாவை வரலாற்றில் ஏற்றி, இனி எப்போதும் பேரூட்டின் பைன் மரங்களுக்கிடையே அமைந்த அந்தக் கல்லறையை யார் கடந்தாலும், அமைதியாகக் கடந்து, ஒரு பூங்கொத்தை அந்தக் கல்லறைக்குக் காணிக்கை ஆக்குங்கள் என இந்த உலக மாந்தரை வேண்டிக் கொண்டான். இன்றைக்கும் செல்மாவின் கல்லறையில் பூங்கொத்துகள் வைக்கப்படுகின்றன. இது படைப்பு மனதின் காதலின் உச்சத்தை இந்த உலகம் எப்போதும் கொண்டாடும் என்பதற்கான சாட்சி.

மேலும், செல்மாவின் கதாபாத்திரம் குறித்தான விவரணைகளாலும், அவளது நடத்தைகளும், பண்புகளும் விவரிக்கப்பட்ட விதத்தாலும் நான் என் மனதில் உருவாக்கிக் கொண்ட செல்மாவின் உருவம் என்னைப் பல ஆண்டுகளாக அவளை நினைவில்கொள்ள வைத்தது. இன்றைக்கும் செல்மா ஒரு பெருங்கனவின் பகுதியாக என்னிலும், என்னைப் போன்ற ஆயிரமாயிரம் வாசகர்களின் உள்ளங்களிலும் வாழ்கிறாள்.

படைப்பின் மூலத் திரட்டை வாசிப்பாளர்களில் அழியாததாக ஆக்கிவிடுவதும், கதாபாத்திரங்களை நித்திய ஜீவன்களாக காற்றில் ஏற்றி விடுவதும் ஒரு படைப்பின் உச்சத்திலேயே நிகழும் மந்திரங்கள்.

★★★

மனுஷாவின் கதைகளை மொழிபெயர்த்திருக்கிறேன், ஒரு முன்னுரை எழுத முடியுமா என ரிஷான் கேட்ட போது மகிழ்ச்சியோடு ஏற்றுக்கொண்டேன். மூன்றே கதைகள்தான். சற்றே நீளமான கதைகள். மூன்றும் காதல் கதைகள். அவை பற்றி எழுதக் கசக்குமா என்ன!

வசீகரா பாடல் வெளியான போது அதில் பலருக்கும் ஒரு ஈர்ப்பிருந்தது. அவ்வளவு காலமும் திரைப் பாடல்களில் பெண்களின் மனநிலையை ஆண்களே எழுதிக் கொண்டிருந்தார்கள். ஒரு பெண்ணின் காதலையும் தவிப்பையும் ஒரு பெண்ணே திரைப்பாடலாக எழுதுகிற போது அது ஒரு ஆணால் சென்றடையவே முடியாத வேறு வேறு கோணங்களைக் கேட்பவர்களுக்கு உணர்த்தக் கூடியதாக இருந்தது.

தமிழ் படைப்பிலக்கியத்தில், கவிதைப் பரப்பில் பெண்கள் காதலையும் காமத்தையும் பாடுவது ஒன்றும் தமிழ் வாசகர்களுக்கு புதிதல்ல. யோனி, குறி, புணர்ச்சி, முயங்குதல் என எந்தச் சொல்லும் தமிழ் கவிதைகளில் பெண் படைப்பாளிகளால் எழுதப்படாமலில்லை. ஆனால் உரைநடையில் காதலையும் காமத்தையும் பாடிய பெண் படைப்பாளிகள் குறைவாகவே இருப்பர்.

நமது சகோதர மொழியான சிங்களத்தில் இருந்து ஓர் இளம் பெண் இவ்வளவு சிக்கலான விடயத்தை மிக இலாவகமாக கதைகளாக எழுதி இருக்கிறார். காதலையோ காமத்தையோ எழுதுவது கம்பி மேலே நடப்பதைப் போல, சற்றே பிசகினாலும் இலக்கிய வரம்புகளில் இருந்து பிறழ்ந்து, 'காமக் கதைகள்' என்கிற எல்லைக்குள் அடைத்து விடுவார்கள். வார்த்தைகளும், சம்பவங்களும் கவனமாகக் கையாளப்பட வேண்டும். அது மனுவினுடைய இந்தக் கதைகளில் கைகூடி வந்திருக்கிறது.

ஒன்றைச் சொல்லவும் வேண்டும், ஆனால் அதில் நேரடியான வர்ணனைகளுக்கு இடமுமில்லை என்கிற இடத்தில் எழுத்தாளர், தான் நினைத்ததை எழுத மாய யதார்த்தத்தைத் தெரிவு செய்திருக்கிறார். அது யதார்த்தத்தை பிரமாண்டங்களின் மீதேற்றி வேறோர் உலகுக்கு வாசகர்களைக் கொண்டு போகிறது. சம்பவங்கள் கோர்க்கப்பட்ட விதத்திலும் விவரணைகளிலும் கதைகள் யதார்த்த உலகத்தோடு ஒன்றி வாசிக்கக் கூடியதாக இருக்கின்றன.

ஓர் இளம் பெண்ணின் உள்ளத் தடுமாற்றங்கள் - நல்லதுக்கும், கெட்டதுக்குமிடையிலான போராட்டங்கள், காமத்தை வெளிப்படையாகக் கொண்டாடுவதில் உள்ள தடுமாற்றங்களை எதிர்கொள்வது என எல்லாமும் திரைகளுக்குப் பின்னாலும், வரிகளுக்குமிடையிலும் எழுதப்பட்டிருக்கின்றன.

இந்த நூலில் உள்ள இரண்டு மாய யதார்த்தக் கதைகளிலும் ஒரு வாசகன் வயது, பால் வேறுபாடில்லாமல் தன்னைக் கொண்டிருத்த முடியும். அவரவருடைய தெளிவின் விஸ்தீரணத்துக்கு ஏற்ப அந்த விடயங்களைக் கேள்விக்குட்படுத்தவும், கேள்விகள் இல்லாமல் ஏற்றுக் கொள்ளவும் கூடும். இந்தத் தன்மையை வாசக இடைவெளியாக நாம் புரிந்து கொள்ள முடியும். இதைத் தாண்டி, தன்னிலியை முன்னிலைப்படுத்திச் சொல்லப்பட்ட இந்த இரண்டு மாய யதார்த்தக் கதைகளிலும் பிறருக்கான இடைவெளிகள் மிகச் சிலதே. வாசிப்பின் இன்பத்தை எழுத்தாளர்களே தீர்மானிப்பது இலக்கியத்தில் மிக அரிதாகவே நிகழும். அது இந்தக் கதைகளுக்கு நிகழ்ந்திருக்கிறது. இந்தத் தன்மையை வரமாகவும் சாபமாகவும் தமிழ் வாசகர்கள் எதிர்கொள்வர்.

மேலும், கதையின் திரட்டு குவிக்கப்பட்ட இடங்கள் சிதறுண்டுள்ளதால், தேர்ந்த சிறுகதை வாசகர்களுக்கு வழமையான வாசிப்பனுபவத்தில் இருந்து விலகிய அனுபவம் ஒன்றும் கிடைக்கக் கூடும். அதைச் சிலர் ஏற்கவும், சிலர் மறுக்கவும் வாய்ப்புள்ளது.

மூன்றாவது கதையாக மொழிபெயர்க்க ரிஷான் தெரிவு செய்ய யதார்த்தவாதக் கதை எழுத்தாளர் எழுதிய முதற்கதை என அறிய முடிகிறது. ஆயினும் எல்லாவித முதற்கதைக்கான தடுமாற்றங்களுடனும், ஆயிரம் கதைகள் எழுதிய ஒரு எழுத்தாளரின் முதிர்ச்சியும் அந்தக் கதையை வாசிக்கையில் தெரிகிறது.

காதல் மறுக்கப்பட்ட நான், எனக்கான காதலையும், காதலனையும் புனைவில் உருவாக்கிக் கொண்டேன் என முன்னுரையில் எழுத்தாளர் பிரகடனப்படுத்தி இருக்கிறார். காதல் மறுக்கப்படுவதும் அல்லது நல்ல காதல் ஒன்றுக்காகக் காத்திருப்பதுவும் காலகாலமாக நிகழ்ந்துகொண்டே இருக்கிறது. அவை குறித்தான இலக்கியப் பதிவுகளும் பல ஆண்டுகள் பழைமையான படைப்புகளும் நம்மிடையே இருக்கின்றன. அவ்வாறாக எழுதப்பட்ட, எழுதப்படுகிற ஒவ்வொரு படைப்பிலும், குறிப்பாக பெண்களின் புறத்தில் இருந்து அந்த உணர்வுகள் எழுதப்படுகிற போது, நாம் லகுவாகக் கடந்து சென்ற விடயங்கள் எமக்கு எதிரில் உள்ளவர்களில் எவ்வளவு தூரம் தாக்கங்களை ஏற்படுத்துகிறது என்பது எம்மைச் சிந்திக்க வைக்கிறது.

மேலும் இந்தக் கதையை வாசிக்கிற போது ஓர் இளம்பெண் தன்னை முன்கொண்டு செல்ல, ஆட்கொள்ள, வழிநடத்த ஓர் ஆணின் துணையை எவ்வளவு தூரம் எதிர்பார்க்கிறாள் என்பதையும் வரிகளினூடே புரிந்து கொள்ள முடிகிறது.

இந்தத் தொகுப்பில் உள்ள மூன்று கதைகளிலும் காமம் வழிந்தோடுகிறது. ஏலவே சொன்னதைப் போல, சற்றே பிசகினாலும் 'காமக் கதைகள்' என வகைப்படுத்திவிடுவார்கள். ஆனால் இந்தக் கதைகளின் களமும், அவை பயணித்த முறைமையும் மேன்மையான இலக்கியத்தின் வரையறைகளை எங்கனம் திருப்திப்படுத்தி உள்ளது என்பதை இந்தக் கதைகளை வாசித்து முடித்த மாத்திரத்தில் நீங்கள் அறிந்துகொள்வீர்கள்.

இந்தக் கதைகளை எழுதியது ஒரு பெண் என்கிற பிரக்ஞையோடு வாசிப்பவர்கள் உங்களின் உள்ளங்களின் ஊடுபாவுகளையும் அவதானித்துக் கொண்டே இந்த நூலை வாசியுங்கள் எனக் கேட்டுக்கொள்கிறேன். அது ஒருவேளை எம்மில் சிலருக்கு நமது கசடுகளை அடிக்கோடிட்டுக் காட்டுவதாக அமையலாம். அப்படி நிகழ்ந்தால் அது இந்தக் கதைகளின் உன்னதங்களைப் பறைசாற்றும்.

ரிஷானின் கதைத் தெரிவுகளும் மொழியும் ஒருபோதும் தமிழ் வாசகர்களை ஏமாற்றியதில்லை. தமிழுக்கும் சிங்கள இலக்கியத்திற்குமான பாலமாக ரிஷான் மாறிப் போயிருக்கிறார். அவரது கடின உழைப்பும் அவரது மொழியைப் போல மெருகேறிக் கொண்டே இருக்கிறது.

இறுதியாக, இந்தக் கதைகளை வாசிக்கிற தமிழ் வாசகர்கள் இந்த நூலைக் கொண்டாடுவார்கள். காதலைக் கொண்டாடிய தமிழினம் இந்த உன்னதமான காதல் கதைகளைக் கொண்டாடாமல் எப்படி இருக்கும்!

செல்மாவிற்கும் ஜிப்ரானுக்கும் உலக வாசகர்களிடையே கிடைத்த அங்கீகாரம், நந்துவிற்கும், நந்தியிற்கும் தமிழ் வாசகர்களிடையே நிச்சயம் கிடைக்கும். பெண் வாசகிகள் தங்களது நந்துக்களை நினைத்துக் கொள்வார்கள். ஆண் வாசகர்கள் நந்திகளுக்காகக் காத்திருக்கவும் கடவர். இவை

எல்லாம் இந்தக் கதைகளுக்குக் கிடைக்க இருக்கிற அங்கீகாரங்களாகும்.

நான் இப்போதிருக்கும் மனநிலையில், எனக்கு எழுத்தாளரிடம் கேட்க வேண்டி இருப்பதெல்லாம், "இந்தத் தொகுப்பில் உள்ள மூன்றாவது கதையை உங்களது அம்மா வாசித்து முடித்த போது, உங்களுக்கும், உங்களது அம்மாவிற்கும் இடையில் நிகழ்ந்த சம்பவங்களை உரையாடல்களோடு எனக்கு மட்டும் படிக்க எழுதிக் கொடுப்பீர்களா?" என்பது மட்டுமே.

எழுத்தாளருக்கும், மொழிபெயர்ப்பாளருக்கும், இந்தக் கதைகளை வாசிக்க இருக்கும் வாசகர்களுக்கும் ஒரு எளிய தமிழ் இலக்கிய உபாசகனின் நல்வாழ்த்துக்கள்.

25.11.2024 உமையாழ்

வர்ண மேகங்களிடையே இருந்து

எனது ஈரக் கூந்தலைக் காய வைக்க நான் எப்போதும் இங்கேதான் வருவேன். ஈரக் கூந்தலைக் காய வைப்பதற்காக மாத்திரமல்ல. கூந்தலின் கீழே தலையினுள்ளே இருக்கும் பிரச்சினைகளை மறக்கவும் நான் பெரும்பாலான நேரங்களில் இங்கேதான் வருவேன். வருவேன் என்பதல்ல ஏறுவேன் என்பதுதான் மிகச் சரி. ஏறி அமர்ந்து கொள்வேன்.

உண்மையில் இதுவோர் உயரமான மதில் சுவர். சாதாரணமாக எவராலும் இலகுவாக இதில் ஏறிவிட முடியாது. அதிலும் குறிப்பாக சிறுமியொருத்திக்கு! இருந்தாலும் நான்தான் இப்போது சின்னப் பெண் இல்லையே! நானோ எனது பால்ய காலத்திலிருந்தே இதில் ஏறுகிறேன். அதனால் இப்போதெல்லாம் என்னால் இதில் இலகுவாக ஏறி விட முடிகிறது. பாடுபடவே தேவையில்லை.

இந்த உயர்ந்த மதிலைக் குறித்து நான் கேள்விப்பட்டும் இருக்காத காலத்தில்தான் இதை நான் சந்தித்தேன். அதுவும் மிகவும் தற்செயலாக நடந்தது.

அப்போது எனக்கு பதினாறு வயது. யாரிடமும் உதவி கோராமல் எனக்கே தோன்றி எனது கைகளாலேயே செய்த சிறிய காற்றாடியொன்றைப் போன்ற ஒரு பொருளை நான் கைகளில் வைத்திருந்த வேளையில் காற்று பலமாக வீசியதால் அது எனது கைகளிலிருந்து பறந்து போனது. யாருக்கும் தெரியாமல் கையில் பொத்தி வைத்திருக்கும் எதுவும் கூட புற சக்திகளால் தீண்டப்பட்டால் பறந்து

விடும் என்பதைக் கூட அப்போதுதான் நான் அறிந்து கொண்டேன்.

நான் காற்றைத் தொடர்ந்து ஓடினேன். அம்மா எனது கூந்தலில் முடிச்சிட்டு விட்டிருந்த இளஞ்சிவப்பு நிற ரிப்பன் கூட எனக்கே தெரியாமல் அவிழ்ந்து வீழ்ந்திருந்தது. காற்று அந்தளவு பலமாக வீசிக் கொண்டிருந்தது. எமது பாடசாலை வாகனம் ஒருபோதும் போயிருக்காத ஒற்றையடிப் பாதையில் சின்னதோர் அழகிய காட்டின் நடுவே நான் சிரித்தவாறே ஓடினேன். ஓடிக் கொண்டிருந்த வெள்ளி நீரோடையைத் தாண்டிக் குதிக்க வேண்டும் என்று கூட தோன்றவில்லை எனக்கு.

நான் தண்ணீரில் குதித்தேன். அதில் கால் வைக்கும்போது உணர்ந்த குளிரில் எனது உள்ளமும் விறைத்துப் போனது. கடவுளே! வாழ்க்கை இவ்வளவு வசீகரமானதா?! பாடசாலை விட்டு வந்ததும் எனது அறையிலிருந்து வெளியே வர ஏன் ஒருபோதும் தோன்றவேயில்லை எனக்கு?! உலகம் என்பது எனது வீட்டுக்குள்தான் இருக்கிறதென அவ்வளவு காலமும் நான் நினைத்துக் கொண்டிருந்தேன். உலகமோ வீட்டுக்கு வெளியேதான் இருக்கிறது.

அவ்வேளையில் காற்றைத் துரத்தியவாறே நான் காற்றின் பின்னால் ஓடப் போய்த்தான் அவை அனைத்தையும் கண்டேன். அந்தச் சின்னக் காற்றாடிதான் நான் வெளியே வர பாதை அமைத்துக் கொடுத்தது. எனது உள்ளங்கையிலேயே சுருண்டு கொண்டிருந்து அந்தக் காற்றாடிக்கே அலுத்துப் போயிருந்திருக்கக் கூடும். அவ்வாறென்றால் அந்தக் காற்றாடி ஒரு மாய சக்தியோ?! ஆனால் அதை உருவாக்கியவள் நான்தானே?! நான் மந்திரவாதியின் மகளோ?! எனக்குப் பைத்தியம்தான் பிடித்திருக்கிறது. எனது அம்மா ஒரு தேவதை. அப்பாவோ ஒரு தேவதூதன். இறைபக்தி மிக்கவர்கள் அவர்கள்.

ஆகவே என்னுள்ளே மந்திர ரத்தம் கலந்தே இருக்காது. அவ்வாறென்றால் அந்தக் காற்றாடிக்கு மந்திர சக்தி வந்தது எவ்வாறு?!

வெள்ளி நிறத்தில் பளபளத்த நீரோடையைக் கடந்ததும், பால் நிறத்தில் ஒரு நீர்வீழ்ச்சியைக் கண்டதும் எனது எண்ணங்கள் பனி நிறத்திலாயின. பனி நிறத்திலாகிய எண்ணங்கள் உறைந்து போயின. எனது எண்ணங்களால் பனி நிறமாக ஆக முடியும் என்றால், எனது விரல்களுக்கு மந்திர சக்தியும் வரக் கூடும்தானே?!

அந்த நீர்வீழ்ச்சியில் நீராடியவாறே நான் இவ்வாறெல்லாம் யோசித்துக் கொண்டிருந்தேன். அவ்வேளையில்தான் எனது பனி நிற எண்ணங்களெல்லாம் கரைந்து வெண்ணிறமாக ஒழுகத் தொடங்கியது. மல்லிகைப் பூ கசங்கும் வாசனையோடு ஈர கவுண் எனது மேனியோடு ஒட்டிக் கொண்டது. எனது எண்ணங்கள் இத்தனை வாசனை மிக்கவையா?!

என்னையே நான் உறிஞ்சியவாறு என்னைப் பார்த்த போதுதான் எனது தேகத்தின் வடிவத்தை நான் கண்டேன். எனது மேனியில் பூரித்ததும், ஒடுங்கியதும், நீண்டதுமான இடங்களை நான் பார்த்துக் கொண்டிருந்தேன். இனிமேலும் நான் சின்னப் பெண் இல்லை. நான் வளர்ந்து கொண்டிருக்கிறேன். நான் கண்டு பொறாமைப்பட்ட ஏனைய பெண் பிள்ளைகளைப் போலவே நானும் ஓர் அழகிதான். எனது மார்புகள் திடீரென்று இவ்வளவு பூரித்துச் செழித்தது எவ்வாறு?!

எனக்கு என் மீதே ஒரு காதல் உருவாகும் முன்புதான் நான் எனது முதற்காதலைத் தேடித்தானே ஓடி வந்தேன் என்பது எனக்கு ஞாபகம் வந்தது. எனது விரல்களுக்கு அந்த மந்திர சக்தி வந்தது எனது மனக் கிளர்ச்சியால்தான் என்பதை நான் உணர்ந்தேன். யாருடைய உதவியோ,

வழிகாட்டலோ இல்லாமல் நானே உருவாக்கிய அந்தச் சின்னக் காற்றாடியை எப்படிப் பறக்க வைப்பது என்பதைக் கூட அறியாமல் நான் போகும் இடமெல்லாம் அதைக் கையில் பொத்தி எடுத்துக் கொண்டு போனேன். காற்று வந்து அந்தக் காற்றாடியோடு அந்தச் சிறிய வனத்தின் மத்தியில் என்னைக் கூட்டி வந்து எம்மை அங்கு கரைத்து விட்டிருந்தது. விதி வரைந்த பாதை வழியே ஒரு நெடும் பயணம்.

இப்போது நான் இருக்கும் இடத்தை எப்படிக் கண்டுபிடிப்பேன்?! இனியும் சிரித்துக் கொண்டிருப்பது பொருந்தாது. இருள் சூழ்ந்துகொண்டிருந்த அவ்வேளையில் நான் அழுதவாறே மீண்டும் ஓடத் துவங்கினேன். அப்போதுதான் நான் இந்த உயரமான மதிலைக் கண்டேன். வண்ண வண்ண மின்மினிப் பூச்சிகள் கூட்டமாக இந்த மதிலோடு ஒட்டிக் கொண்டிருந்த காரணத்தால் திடீரென்று இது ஒரு மதில் சுவர் என்பது கூட எனக்கு விளங்கவில்லை.

சடுதியாக நானொரு பேரானந்தத்தை உணர்ந்தேன். காற்றாடி அந்த மதில் மேலே இருந்தது. அப்போது காற்று வீசவில்லை. குளிர் மாத்திரமே இருந்தது. இரவாகிக் கொண்டிருந்தது. ஒரு வினாடியின் ஆயிரத்தில் ஒரு பங்கு நேரம்தான் எனது வதனம் பிரகாசித்திருக்கும். வீட்டில் என்னைத் தேடுவார்களோ?!

மதில் மேல் ஏறாமல், அந்தக் காற்றாடி இல்லாமல் இந்த இரவை சுய நினைவோடு கழிக்க என்னால் முடியாதிருக்கும் என்பது எனக்கே புரிந்தது. இருந்தாலும் ஒரு சிறுமி எவ்வாறு இதில் ஏறுவாள்?! சிறுவனாக இருந்தாலும் அவனால் கூட இலகுவாக இதில் ஏற முடியாதிருக்கும். இதற்கும் ஏதாவது வழியிருக்க வேண்டும். காற்றாடியானது எனது கண்களில் தென்படுமாறு மதில் மேலே இருப்பது கூட எனது மந்திர சக்தியால்தானே?!

எனது மந்திர சக்தியை, எனது கைகளினாலேயே தொட வேண்டுமானால் நான் இந்த மதிலில் எவ்வாறேனும் ஏறியே ஆக வேண்டும். சிலவேளை அவ்வாறு ஏறினால் இவை அனைத்தும் காணாமல் போய் நான் மீண்டும் எனது அறைக்குள்ளே விழவும் கூடும்.

என்னைப் பார்த்து தமது புட்டங்களால் சிரித்துக் கொண்டிருக்கும் அந்த மின்மினிப் பூச்சிகளால் கதைக்க முடியுமாக இருக்குமோ என்று கூட சட்டென்று எனக்குத் தோன்றியது. நான் பேசினால் அந்தச் சத்தம் கேட்டு அவை பயந்து போகக் கூடும். ஆகவே நான் ஏதோ ரகசியம் கூறப் போவதைப் போலத்தான் முதன்முதலாக இந்த மதிலை நெருங்கினேன்.

நான் பேச முன்பே எனது உதடுகளின் சூட்டுக்கும், சுவாசத்தின் ஓசைக்கும் பதில் கூறும் விதமாக ஒரு கூட்டம் மின்மினிப் பூச்சிகள் படிக்கட்டு போல கீழிருந்து மேலாக படிப்படியாகப் பறந்து சென்றமை எனக்கு மேலே செல்ல வழிகாட்டுவதைப் போல இருந்தது. என்றாலும் அந்தப் பாதையோ கூரிய முற்களின் மீதிருந்தது. முள் குத்தினாலும் சரி. நான் ஏறியே ஆகவேண்டும். இந்தக் காட்டுக்குள் வேறு மிருகங்களோ, பாம்புகளோ கூட என்னருகே வரக் கூடும். ஆகவே எவ்வாறு நான் தரையில் இருப்பேன்?!

உயிர் வாழும் ஆசை திடீரென உதித்து எனது பாதங்களை கூரிய முற்களின் மீது பதிக்கச் செய்தது. அவ்வாறு பாடுபட்டு ஏறுகையில் எனக்கு கீழே பார்க்கும் ஆசை வந்தது. என்றாலும் நான் கீழே பார்க்கும் முன்பே தமது புட்டங்களால் சிரிக்கும் எனது சிறிய நண்பர்கள் கூட்டம் எனது எண்ணத்தை அறிந்து கொண்டதுபோல கலந்தாலோசித்து தரையை எனக்குக் காண்பிக்காதிருக்க ஒரு பாயை நெய்தது போல தரைக்கு சமாந்தரமாக மிதந்து கொண்டிருந்தது. ஆகவே எனக்கு தரை தென்படவில்லை.

நான் அந்தளவு தூரம் ஏறியிருக்கவில்லை என்றுதான் எனக்குத் தோன்றியது. அவ்வளவு பாடுபட்டும் அந்தளவு தூரம் நான் ஏறியிருக்கவில்லையா என்ன?! என்றாலும் மேலே பார்த்தபோது காற்றாடி அருகில் இருப்பது போலத்தான் தென்பட்டது. ஆனால் இனியும் என்னால் ஏற முடியாது. எனது உடலிலிருந்த சக்தியையெல்லாம் நான் இழந்து விட்டிருந்தேன். ஆகவே உயிர் வாழும் ஆசையை நான் கை விட்டேன். எனது கண்கள் தாமாகவே மூடிக் கொண்டன.

நான் மீண்டும் கண் திறக்கையில் வாழ்க்கையானது என்னைத் தூக்கி மதிலின் மீது வைத்திருந்தது. இவ்வாறு நடக்கும் என முன்பே தெரிந்திருந்தால் இரண்டு, மூன்று அடிகள் மாத்திரம் ஏறி விட்டு கீழே விழுந்திருப்பேனே! ஒரு சின்னப் பெண்ணை இந்தளவு அலைக்கழிக்க விட்டும் இந்த வாழ்க்கைக்கு ஒரு பொறுப்பும் இல்லாமலிருப்பதைப் பாருங்கள். எனக்கு கோபம் கோபமாக வந்தது. என்றாலும் மதிலொன்றின் மீதிருக்கிறேன் என்பதை மறந்ததால் சமநிலை தவறி நான் மீண்டும் கீழே விழப் பார்த்தேன். அதுவும் மதிலின் மறுபுறமாக.

எவ்வாறோ நான் கால்களிரண்டையும் மதிலின் இரண்டு பக்கமாகப் போட்டுக் கொண்டு மதிலை இறுகக் கட்டிப் பிடித்துக் கொண்டேன். காற்றாடியோ அப்போதும் எனக்கு சற்று தொலைவாகத்தான் இருந்தது. என்னால் முடியவில்லை. சீனப் பெருஞ் சுவரை பத்து மடங்கால் பெருக்கியது போல என்ன இது ஒரு வித்தியாசமான மதில் சுவர்?!

அது மாத்திரமல்லாமல் நான் ஓடி வந்த பக்கம் போல இருக்கவேயில்லை மதிலின் மறுபக்கம். பலதும் அடங்கியதாக இருந்த அந்தப் பக்கமோ பல வர்ணங்களைக் கொண்டிருந்தது. அது வித்தியாசமானதாக இருந்தது. பெரிய பெரிய பூக்கள். பாரிய பெருவிருட்சங்கள். சின்னச்

சின்னக் குருவிகள். பென்னாம்பெரிய பட்டாம்பூச்சிகள். எனக்கு பெயரே தெரியாத பல ஜீவிகள் தொலைவில் பறந்து கொண்டிருந்தன. அவை மாத்திரமா?! பறக்கும் பூ இதழ்கள், சுற்றிச் சுழலும் வானவில், வண்ண வண்ண மேகங்கள் போன்றவற்றையும் அங்கே நான் கண்டேன். சில நேரங்களில் வாசனை மிக்க நறுமணத்தையும், சில நேரங்களில் துர்நாற்றத்தையும் அங்கே உணர்ந்தேன். என்றாலும் அந்தத் துர்நாற்றம் கூட அருவருப்பைத் தோற்றுவிக்கவில்லை.

ஏன் இந்தளவு பெரிய மதில் சுவரால் எமது நிஜ உலகம் இரண்டாகப் பிரிக்கப்பட்டிருக்கிறது?! இந்த மதில் சுவர் மாத்திரம் இல்லையென்றால் எல்லோருமே இந்த சுற்றுச் சூழலை அனுபவித்திருப்பார்களே! அப்போதுதான் ஓர் இளஞ்சிவப்பு நிறப் பறவையொன்று வந்து எனது நெற்றியில் கொத்தி விட்டுப் போனது. எனதேயான சிந்தனையொன்று வந்து எனக்குப் பதிலளித்தது.

'நான் இருப்பது கடவுளால் ஏற்றுக் கொள்ளப்பட்ட செயல்களையும், தடுக்கப்பட்ட செயல்களையும் பிரிக்கும் மதில் சுவரின் மீது. இந்த மதில் சுவரின் மீது ஏறுவது கூட தடை செய்யப்பட்டதுதான். அதிலும் குறிப்பாக என்னைப் போன்ற பதினெட்டு வயதிலும் குறைவானவர்களுக்கு. ஆகவே எவருக்கும் இந்த மதில் சுவரின் மீது அமர்ந்திருப்பதுவும் கூட தடை செய்யப்பட்டிருக்கிறது. அமர்பவர் ஒன்றோ ஏற்றுக் கொள்ளப்பட்டவை இருக்கும் பக்கமாக விழ வேண்டும். இல்லாவிட்டால் தடுக்கப்பட்டவை இருக்கும் பக்கமாக விழ வேண்டும். இரண்டுக்கும் இடையில் அமர்ந்திருக்க அனுமதியில்லை.'

இவ்வாறாக எனது எண்ணம் எனக்காக வாதிட்டு விட்டு, திடீரென்று எனக்கெதிராகவும் பேசத் தொடங்கியது.

'விழு! தடுக்கப்பட்டவையுள்ள பக்கமாக விழு! இவ்வளவு சின்னப் பெண்ணாக இருந்து கொண்டு இதன் மேல் ஏறுவதற்கு மனதைத் தயார்படுத்திக் கொண்டது ஏற்றுக் கொள்ளப்பட்டவற்றோடு மாத்திரம் வாழ்ந்து முடிக்கவல்லவே?!'

அதே கணத்தில் காற்றாடியானது தடுக்கப்பட்டவை இருக்கும் பக்கமாக மிதக்கத் தொடங்கியது. நான் பாய்ந்து அதைப் பிடிக்க முற்பட்ட வேளையில், ஆமாம், நான் அந்தப் பக்கம் விழுந்து விட்டிருந்தேன். என்னதான் நான் விசாலமான கருப்புக் காளான்கள் மீதுதான் விழுந்திருந்த போதிலும் எனக்கு வலித்தது. அந்தப் பக்கத்தில் மின்மினிப் பூச்சிகளின் பாய் இருக்கவில்லை. விழுந்ததுமே வேதனை தரக் கூடிய ஓர் இடம் அது. எனது உள்ளத்துக்கோ, உடலுக்கோ எவ்வித இதமும் இருக்கவில்லை.

நான் ஓலமிட்டேன். 'என்னைக் காப்பாற்ற யாருமேயில்லையா?' என்று கத்தினேன்.

'நான் பாடுபட்டு மதிலின் மேலே ஏறியது உயிர் பிழைக்கத்தானே?! இங்கு வந்த போது நான் எங்கே போய்க் கொண்டிருக்கிறேன் என்பது எனக்கே தெரியவில்லை. எனது மனதில் எழுந்த உத்வேகத்துக்கு ஏற்ப நான் ஓடி வந்தேன். காற்றாடியின் மீதுள்ள பாசத்தின் காரணமாகத்தான் நான் மதிலின் மேலே ஏறினேன். எனக்கு இந்த ஏற்றுக் கொள்ளப்பட்டவற்றைப் பற்றியோ, விலக்கப்பட்டவற்றைப் பற்றியோ எதுவுமே தெரியாது கடவுளே! போதாததற்கு என்னிடம் இப்போது எனது காற்றாடியும் இல்லை. நானே எனக்கில்லை' என்று நான் கதறிக் கதறி சத்தமாக அழுதேன்.

அப்போதுதான் யாரோ, எங்கிருந்தோ வந்தார். என்னை மிகுந்த கருணையோடு கூர்ந்து பார்த்தார். அவர் ஒரு

மனிதர் போலத் தெரியவில்லை. மனிதரில்லை என்பது போலவும் தெரியவில்லை. மிகவும் சாந்தமாகத் தெரிந்தார். உண்மையில் அவர் ஒரு தேவதூதர் போலத் தெரிந்தார்.

கடவுள் என்று சொல்லப்படுபவர் உண்மையில் இவர்தானா? அவர் தனது மேலங்கியான சால்வையை சற்று ஒழுங்குபடுத்தியதை மாத்திரம்தான் செய்தார். மறுகணமே நாங்கள் இருவரும் மீண்டும் மதில் மேல் இருந்தோம். எனது வாய் முந்திக் கொண்டது.

"யார் நீங்கள்?"

"உன்னை அறிந்தவர்."

"நான் இப்போது எங்கே இருக்கிறேன்?"

"நீ நினைக்கும் இடத்தில்தான் நீ இருக்கிறாய்."

"நீங்கள் எங்கே இருக்கிறீர்கள்?"

"நீ கத்தினால், அது கேட்கும் தொலைவில்."

நான் அவரது பதில்களைப் புரிந்து கொள்ள முடியாமல் அவரது கண்களையே நேராகப் பார்த்துக் கொண்டிருந்தேன். எனக்கு அவரது கண்களும், அந்தச் சால்வையும் மாத்திரமே தென்பட்டன. ஆழமான அந்தக் கண்களிலிருந்து கருணையானது பொங்கி வழிந்து கொண்டிருந்தது. அதை எவ்வளவு நேரமும் பார்த்துக் கொண்டேயிருக்கலாம்.

அவர் எனது பார்வையைத் தவிர்த்தவாறே நான் கத்தியது மேலுலகத்துக்கே கேட்டது என்றார். அப்போது அவர் தியானத்தில் இருந்தாராம். தடுக்கப்பட்டவை இருக்கும் பக்கம் தொடர்ச்சியாக மூன்று முறை விழுந்தால் அதன் பிறகு தன்னால் கூட என்னை மீண்டும் ஏற்றுக் கொள்ளப்பட்டவை இருக்கும் பக்கம் கொண்டு

வர முடியாது என்றார். நான் விரும்பும் பக்கத்தைத் தேர்ந்தெடுக்கும் வயது எனக்கு இன்னும் வரவில்லை என்பதால் நான் ஏற்றுக்கொள்ளப்பட்டவைக்கும், தடுக்கப்பட்டவைக்கும் நடுவில் இருக்கும் மதில் மேல் அமர்ந்து பழகுவதுதான் இப்போதைக்கு நல்லது என்றார். என்றாலும் ஒரு புறமாக இருப்பதிலும் பார்க்க இரண்டுக்கும் நடுவில் சமநிலையில் இருப்பதுதான் கடினம் என்றும் அவர் சொன்னார். காரணம், ஏற்றுக் கொள்ளப்பட்டவையோடு மாத்திரம் இருந்து பழகியவர்களைப் போலவே, தடுக்கப்பட்டவையோடு மாத்திரம் இருந்து பழகியவர்களுக்கும் இந்த மதிலின் மீது சமநிலையில் இருக்க முடியாதாம். ஒரு மனதில் ஏற்றுக் கொள்ளப்பட்டவையும், விலக்கப்பட்டவையும் கட்டுப்படுத்தப்படுவது ஏதோ புற சக்தியால் அல்லவாம். ஆகவே ஒருவரது இக்கட்டான சந்தர்ப்பங்களைக் கட்டுப்படுத்தும் பொறுப்பை வேறு எவராலும் எடுக்கவே முடியாது என்று அவர் கூறிக் கொண்டிருக்கையில் நான் மென்மேலும் கேள்விகளைத் தொடுக்க வாயைத் திறந்ததுதான் தாமதம் சட்டென்று அவர் காணாமல் போய் விட்டார். மறுகணமே நான் எனது அறையில் படுக்கையின் மீதிருந்தேன். காற்றாடி எங்கே போனதோ நானறியேன்.

என்னதான் அந்தக் காற்றாடியை நான் மறந்துவிட்ட போதிலும், மதில் சுவரையோ, சால்வையையோ, சாந்தமான அந்த விழிகளிரண்டையுமோ மறக்காமலே இருந்தேன். அவர் ஒரு துறவியாக இருந்திருந்தால் 'இந்தச் சின்ன வயதில் அறியாத பக்கமெல்லாம் ஏன் சுற்றித் திரிகிறாய்?' என்று என்னைத் திட்டியிருக்கலாமே! என்றாலும் அவர் என்னைத் திட்டவேயில்லை. வேண்டாம் என்று எதற்கும் தடை விதிக்கவுமில்லை. அதற்குப் பதிலாக 'உனது வாழ்க்கைப் பொறுப்புகளை நீயே எடுத்துக் கொள்' என்றுதான் சொன்னார். ஏற்றுக்

கொள்ளப்பட்டவைக்கும், விலக்கப்பட்டவைக்கும் நடுவே இருக்கப் பழகிக் கொள்ளச் சொன்னார்.

ஆகவேதான் நான் அவ்வப்போது அந்த இடத்துக்குப் போனேன். அதுவும் ஓர் ஒற்றைக் காரணத்துக்காகவல்லாமல், பல காரணங்களுக்காக. முதற்காரணம் எனது சுருண்டு அலையடிக்கும் நீண்ட கூந்தல். எனது கூந்தலைக் காய வைக்கும் அளவுக்கு நல்ல காற்றடிப்பது அந்த இடத்தில்தான்.

எனது வயது ஏற ஏறத்தான் ஒரே எண்ணத்தோடு மதில் மேல் அமர நான் பழகிக் கொண்டேன். நான் வரும்போதே தமது பாயை மிதக்க விடும் அளவுக்கு மின்மினிப் பூச்சிகள் என்னுடன் நட்பாகியிருந்தன. சோம்பலை நான் உணரும் சமயங்களில் எல்லாம் மதில் சுவரின் மீது ஏறியிருப்பதைத்தான் நான் செய்தேன். மதிலின் மேலிருந்து பார்க்கையில் தென்படும் இரண்டு சூழல்களினதும் வேறுபாட்டை நான் வித்தியாசம் பாராமல் பார்த்து ரசித்தேன்.

ஏற்றுக் கொள்ளப்பட்டவை இருக்கும் பக்கத்தில் கால்களைப் போட்டவாறு அமர்ந்திருந்தால் வீசும் காற்றுக்கு எனது கவுன் கொஞ்சம் கூட மேலே ஏறாது என்றாலும் தடுக்கப்பட்டவை இருக்கும் பக்கத்தில் கால்களை போட்டிருந்தால் உடனே மெய் சிலிர்க்கும் அளவுக்கு எனது மேனியில் குளிர்ச்சியை நான் உணர்வதோடு எனது கவுன் கந்தல் கந்தலாகக் கிழிவது போல நான் உணரத் தொடங்கினேன். இவை இரண்டுமே எனக்கு மிகுந்த குதூகலத்தை அளித்தன.

அது போதாதற்கு எனது கூந்தல் தடுக்கப்பட்டவை பக்கமாக விழுந்தால் அது நீண்ட நீண்ட வடிவங்களில் பின்னப்பட்டு புதுவித மாயையைத் தோற்றுவித்தது. அது மனதைக் கவரக் கூடியதாக இருந்தது. அவ்வேளையில்

எனக்கு என் மீதே ஒரு காதல் தோன்றும். நான் உண்மையைத்தான் சொல்கிறேன்.

நான் உடற்பயிற்சிகளைக் கூட அந்த மதிலின் மீதிருந்துதான் செய்தேன். பல நேரங்களில் தடுக்கப்பட்டவை பக்கமாக கால்களைப் போட்டுக் கொண்டு ஏற்றுக் கொள்ளப்பட்டவை பக்கமாக தலையை சாய்த்து பாயாக மிதந்து கொண்டிருக்கும் மின்மினிப் பூச்சிகளோடு கதைத்துக் கொண்டிருப்பேன் நான். அந்தக் கோணத்தில் சாய்ந்திருப்பது மிகவும் சிரமமானதுதான். உடலாலும், எண்ணங்களாலும் தடுக்கப்பட்டவற்றோடு முழுமையாக ஒன்றாமல் கால்களை மாத்திரம் அங்கு போட்டுக் கொண்டிருப்பது ஒன்றும் அவ்வளவு இலகுவானதில்லை. கடினமான பயிற்சிக்குப் பிறகே எனக்கு அது வசப்பட்டது. அதைக் குறித்து இப்போது நான் பெருமையாக உணர்கிறேன். அதுதான் மதிலின் மீது எனக்குப் பிரியமான இருப்பு.

எனது அந்த இருப்பை யாராவது பெண்ணொருத்தி கண்டால் சிரித்துச் சிரித்தே அவளது உயிர்,'போகும். ஓர் ஆடவன் கண்டால் மோகத்தில் தடுமாறுவான். காரணம் தடுக்கப்பட்டவற்றின் பக்கத்தில்தான் ஆடைகளுக்கு எந்த வேலையும் இல்லையே! அந்தப் பக்கமாக கால்களைப் போட்ட மறுகணமே அணிந்திருக்கும் ஆடை நைந்து கரைந்து போகும் அளவுக்கு அங்கமெல்லாம் தெரியத் தொடங்கும். அதைக் கடவுள் கண்டாரானால் கோபிக்கக் கூடும். இருந்தாலும் நான் வெட்கப்படவில்லை. அங்கு யார்தான் என்னைக் காணக் கூடும்?! எனது கடவுளோ தியானத்தில் இருப்பாரே! மதில் சுவர் என்பதே ஓர் எல்லைக் கோடுதானே!

எல்லைக் கோடுகளின் அருகே மக்கள் வசிக்க மாட்டார்கள். எல்லைக் கோடுகளின் இரு புறங்களிலிருந்தும் சற்று உள்ளே செல்லும்போதுதான் மக்கள் குடியிருப்புகளைக்

காண முடியும். தடுக்கப்பட்டவை பக்கத்தில் தொலைவில் பறந்து கொண்டிருக்கும் நான் அறியாதவற்றுக்கு என்னைக் குறித்த ஓர் உணர்விருக்கும் என்றே எனக்குத் தோன்றாது. என்றாலும் சில என்னையே கூர்ந்து பார்த்துக் கொண்டிருப்பதையும் நான் உணர்வேன். சரி. எனக்கென்ன?! பார்த்தால் பார்த்துவிட்டுப் போகட்டுமே!

தடுக்கப்பட்டவற்றின் பக்கமாக துர்நாற்ற வாடையோடு நான் சுவனத்து நல்வாடையையும் அவ்வப்போது உணர்ந்தேன். சுவர்க்கங்கள் அனைத்தும் இந்த மதிலுக்கு நேர் மேலாகத்தான் இருக்கக் கூடும் என்று எனக்குத் தோன்றும். ஏனென்றால் சரியாக நேர்மேலே பார்த்தவாறு சுவாசிக்கும்போதுதான் சுவனத்து வாடையை நான் உணர்ந்தேன். என்றாலும் தலையை சற்று ஒருபக்கமாகச் சாய்த்து சுவாசிக்கையில் போதையூட்டும் பூக்களினதும், பழங்களினதும் கலவை போன்ற ஒரு வாசனையைத்தான் நான் உணர்ந்தேன்.

நிச்சயமாக அது வரையறுக்கப்பட்டதும், திகிலூட்டு பவற்றிலிருந்தும் வரும் சமநிலையற்ற காமத்தின் வாசனை. அதை ஓர் அருமையான நறுமணம் என்று கூட சொல்லலாம். அந்த வாசனை எனது மனதை மயக்குவதால் சில சமயங்களில் நான் விழப் பார்ப்பேன். இருந்தாலும் அப்படி வீழ்வேன் என்பதை அறிந்திருப்பதால் என்னையே நான் காப்பாற்றிக் கொள்வேன். சுவனத்திலிருந்து அவ்வப்போது மெலிதாகக் காதில் விழும் நற்போதனைகளும் எனக்கு மிகுந்த தைரியமூட்டின.

ஒரு நாள் அந்தச் 'சால்வை' இப்போது சுவனத்தில் தியானம் செய்தவாறிருக்கும் என்ற எண்ணத்தோடு நான் ஆகாயத்தைப் பார்த்தவாறு மெதுவாக மதில் மீது மல்லாந்து படுத்தேன். அதுவும் எனக்கு இலகுவான அந்த இருப்பு. எனது சரீரம் இருபுறமாகவும் சமநிலையோடு மிதந்துகொண்டிருக்கும் ஒரு நேரம் அது. உள்ளத்தாலும்,

உடலாலும் சரி பாதியாக நான் தடுக்கப்பற்றவற்றோடு சம்பந்தப்படும் நேரம் அது. என்னதான் மனதை அலைபாய விடாமல் நடுநிலையாகவே வைத்திருக்க என்னால் முடியும் என்பது நல்ல விடயமாக இருந்த போதிலும், அந்த இருப்பு சமநிலையற்றது. பட்சிகளின் கண்களுக்கு மிகவும் ஆபாசமாகத் தென்படக் கூடிய ஓர் இருப்பு அது.

நான் அவ்வாறிருக்கும் ஒவ்வொரு தடவையும் இரத்த வாடைக்கு வேட்டை மிருகங்கள் ஓடி வருவதைப் போல மறுகணமே எங்கிருந்து வருகின்றன என்பதே தெரியாமல் பறவைக் கூட்டமொன்றே என்னருகே வரத் தொடங்கும். அவை பறவைகள்தான் என்று உறுதியாகச் சொல்லவும் முடியாது. வினோதமான பறக்கும் விலங்குகள் போன்றவை அவை. சிறகுகளைக் கொண்டிருக்கும் பூச்சிகள் போன்ற விந்தையான சிறிய விலங்குகளும் கூட எனதருகில் வந்து எனது உடலில் ஆடை கரைந்து அங்கங்கள் தென்படுவதைப் பார்த்துக் கொண்டிருக்கும்.

ஏதேனும் தணியாப் பேராசையுடைய ஜீவிகளாக அவை இருக்கக் கூடும் என்று அப்போது எனக்குத் தோன்றும். அவை எனது உடலை மொய்க்கத் தயாராகும்போது நான் ஏற்றுக்கொள்ளப்பட்டவை பக்கமாகக் கிடக்கும் எனது கையை எடுத்து அவற்றைத் துரத்தி விடுவதால் அவை அப்போது எனது அரை நிர்வாணத்தைப் பார்த்து ரசித்தவாறு தாமாகவே சுகிப்பதை மாத்திரம்தான் செய்து கொண்டிருக்கும். அதில் எனக்கு எந்தப் பிரச்சினையுமில்லை. என்னைப் பார்த்து யார் உணர்வெழுச்சி கொண்டாலும் எனக்குப் பரவாயில்லை. நான் உணர்வேறாமல் இருப்பதுதானே எனக்கு முக்கியம்?!

அவ்வாறான நேரங்களில் எனது உள்ளங்கால்களை ஊதா நிறத்தில் பஞ்சுப் பொதி போன்ற யாரோ ஒருவர்தான்

உரித்தாக்கிக் கொண்டிருப்பார். அவரது கிச்சுக்கிச்சு மூட்டலும், ஸ்பரிசமும் எனக்கு மிகவும் இன்பம் தருவதாக இருக்கும். ஆகவே அவரைக் காலால் உதைத்து புறந்தள்ளும் எண்ணம் எனக்கு வராது.

இதனிடையே எனக்கு மிகவும் பிடித்த ஒரு வெள்ளைக் காகம் வரும். அதன் கண்களிரண்டும் நீல நிறத்தில் இருக்கும். அது ஒரு காகம் என்று கூட சொல்ல முடியாது. ஏற்றுக்கொள்ளப்பட்டவைகளில் அவ்வாறு ஒரு காகம் இருக்கவே கூடாதே! இருப்பது பொருத்தமும் இல்லையே?! என்றாலும் அது ஒரு வினோதமான புருஷப் பட்சி. அது எனது வயிற்றின் மீது அமர்ந்து தத்தித் தத்தி எனது கண்களையும், மார்புகளையும் மாறி மாறிப் பார்த்துக் கொண்டிருக்கும். அவ்வேளையில் அதன் நீலக் கண்கள் மோகத்தில் சிவப்பதைக் காண எனக்கு ஒரே சிரிப்பாக இருக்கும். என்றாலும் நான் அதன் சிறகுகளைத் தடவிக் கொடுப்பேன். அவை மிகவும் மென்மையானவை. பின்னர் அது தனது இறகுகளால் எனது தேகம் முழுதும் கவியெழுதும். அந்தக் கவிதைகளை நான் உணர்வேன். அதுவொரு கவிஞர் காகம்.

கூடலுக்கான அழைப்புகள், கவிதைகள், பாடல்கள், பிரலாபங்கள் போன்றவற்றை நான் இவ்வாறு இந்த மதிலின் மேலே எனக்குப் பிடித்த இருப்பில் இருக்கும்போது வேண்டிய மட்டும் கேட்டிருந்த போதிலும் எனது மனது யார் மீதும் முழுமையாகச் சாயவேயில்லை. என்றாலும் நான் அவை அனைத்தையும் ரசிக்கவில்லை என்று சொல்லவும் என்னால் முடியாது.

இப்படி நடுநிலையில் இருப்பதுதான் எனக்குப் பிடித்திருக்கிறது. ஒருவருக்கு மட்டும் கட்டுப்பட்டு நடக்காமல் இன்னும் பலருக்கு பல்வேறு புறத்திலிருந்தும் முகம்கொடுப்பதில் கூட பல்வகைமை இருக்கிறது.

அவ்வாறே இவ்வாறான சந்தர்ப்பங்களுக்கு நான்தான் ஏற்கெனவே முகம் கொடுத்திருக்கிறேனே?!

எனது எரிச்சலூட்டும் கொள்கைகளின் காரணமாக சிலர் சொற்ப நேரத்திலேயே சுய விருப்பத்தோடு என்னை விட்டும் விலகிச் சென்று விடுவார்கள். நான் அடுத்தவர்களைச் சித்திரவதை செய்து அதன் மூலம் பாலியல் இன்பம் அனுபவிக்க விரும்புவள். என்றாலும் அந்த வேதனையின் சுவைதான் அதி உன்னதமானது என்று அதைக் குறித்து புத்தகங்களை எழுதிய ஒருவனை நான் காதலிப்பதாகச் சொன்னதுமே அவன் என்னை விட்டும் தப்பி ஓடி விட்டான். ஆகவே அந்தப் புத்தகங்களை மீண்டும் வாசிக்கையில் எனக்கு அழுகை வருகிறது.

ஒரே ஒரு நாள், ஒரே ஒரு வேளை மாத்திரம் தனது பக்கமாக முழுமையாக வந்தால் சுவனத்திலிருந்து ஒரு போதும் வாடாத பூவொன்றைக் கொண்டு வந்து தருவதாக அந்த வெள்ளைக் காகம் தனது கடைசிக் கவிதையில் எழுதிய நாளிலும் நான் 'முடியாது!' என்று மிகவும் கடுமையாகச் சொல்லி விட்டேன். அன்று சிவந்து போன அதன் விழிகளிலிருந்து நீல நிறத்தில் கண்ணீர்த் துளியொன்று விழுந்தது. சிற்றின்ப வேட்கை நிரம்பிய அந்த நீலக் கல்லை நான் ஒரு நினைவுச் சின்னமாக என்னுடனே எடுத்து வைத்துக் கொண்டேன்.

இவ்வாறாக இலகுவான இருப்பில் சாய்ந்திருக்கையில் எந்தக் காதலனைக் குறித்தும் எனது இதயம் முற்றிலுமாக உருகி விடாமலிருக்க இரண்டு காரணங்கள் இருந்தன. ஒன்று அந்தச் சால்வையின் உரிமையாளரது சாந்தமான விழிகள் எனக்கு ஞாபகம் வருவது. மற்றையது எனது ஒரு கால் ஏற்றுக் கொள்ளப்பட்டவையின் பக்கம் தொங்கிக் கொண்டிருப்பது. இவ்வாறாக, கருத்தரிக்காமல் இருக்க

பாதுகாப்பு முறைகளைப் பின்பற்றுவதைப் போல ஒரு முறையை நானும் பின்பற்றுவதில் தவறேதுமில்லையே!

எனது இந்த அழகிய காவியத்தன்மை மிக்க தேகம் ஒரு பெரிய நூலகத்துக்கே பொருத்தமானது. என்றாலும் அடிக்கடி வாசிக்கப்படக் கூடிய புத்தகமொன்றாக ஆக என்னால் முடியாது. அங்கு எனக்கென்றே சிறப்பியல்பான ஓர் இடம் வேண்டும். அனைத்தும் தென்படக் கூடிய ஓர் அரங்கு வேண்டும். ஏற்றுக்கொள்ளப்பட்டவை இருக்கும் பக்கத்திலிருந்து சூரியன் மறையும்போது தோன்றும் வெளிச்சமும், தடுக்கப்பட்டவை இருக்கும் பக்கத்தில் நிலா உதித்து வருகையில் எழும் வெளிச்சமும் எனது மேனியில் விழும் அந்த மெய்மறந்த அனுபூதிக் கணத்தில் ஆயிரக்கணக்கானோர் சூழ்ந்திருந்து பெருங்காதலோடு ஸ்பரிசிக்கும் அந்தப் பொழுதில்தான் நான் எனது உச்சத்தை எட்ட வேண்டும்.

இல்லாவிட்டால் இன்னுமொரு வழி இருக்கிறது. ஆனால் அது ஓர் இரகசியம். அதாவது ஒரு மின்மினிப் பூச்சி கூட இல்லாத பூரண பௌர்ணமி ஒளியில் நான் அந்த சாந்தமான விழிகளுடன் போரிட்டு ஜெயிக்க வேண்டும். அவர் மீது மோகத்துடன் நான் இயங்குகையில் அந்தக் கூடலால் அவர் தனது சாந்தத்திலிருந்து மீள வேண்டும். உண்மையில் இவ்வாறான முற்றுமுழுதான விலக்கப்பட்டதும், தடுக்கப்பட்டதுமான ஓர் எண்ணம் தடுக்கப்பட்டவற்றை மாத்திரமே செய்துகொண்டிருக்கும் படுமோசமான ஒருவருக்குக் கூட தோன்றாது.

இந்தளவு மிருகங்கள், சர்ப்பங்கள், பறவைகள், பட்டாம்பூச்சிகள், யானைகள், குதிரைகள், எருதுகள் போன்ற விந்தையானவையெல்லாம் இருக்கும்போது நான் ஏன் பவித்திரமான ஒரு சால்வையைக் கறைப்படுத்தும் ஒரு கூடலைக் குறித்து கனவு காண்கிறேன்?! அவ்வாறெனில் உண்மையிலேயே நான் அடுத்தவர்களைச் சித்திரவதை

செய்து அதன் மூலம் பாலியல் இன்பம் அனுபவிக்க விரும்புவள்தானே?!

நான் என்ன பாவம் செய்தேனோ?! அந்த சாந்தமான விழிகள் எப்போதும் எனது சாந்தத்தைக் குலைக்கின்றன. அவரைப் பற்றி நினைக்கும்போதே நான் மிதக்கத் தொடங்கினேன். வண்ண வண்ண மேகங்கள் எனது முகத்தைத் தொட்டுச் சென்றன. அவ்வேளையில் யாரோ எனது கூந்தலைப் பிடித்திழுத்தார்கள். நான் ஒரு சிவப்பு நிற மேகத்தின் மீது விழுந்தேன். சிவப்பு நிறம்! எனக்குப் பிடித்த நிறமொன்றல்லவே?!

அந்தச் சிவப்பு மேகம் ஒரு மிருதுவான பட்டுத் துணிப் படுக்கை போல ஆகி என்னைத் தனது கர்ப்பப்பைக்குள் சொருகிக் கொண்டது. அதுவென்றால் அத்தனை வருட காலத்திலும் நான் அனுபவித்தேயிராத ஓர் அனுபவம் ஆக இருந்தது. உணர்ச்சி மிக்கதாக இருந்தது. கூந்தலைப் பிடித்திழுத்த கரங்கள் எனது கூந்தலின் கீழேயிருந்த தலையை மிருதுவாகவும், வலிமையாகவும் தடவிக் கொடுக்கத் தொடங்கின. யாரது? இப்படி எனது தலையைத் தடவிக் கொடுப்பது எனக்கு மிகவும் பிடித்தமானது என்பதை அறிந்து வைத்திருக்கும் இவர் யார்? அந்தச் சால்வை, வர்ணச் சால்வை அணிந்து நடமாடுகிறதோ?! அவரது தியானம் முடிந்து விட்டதோ?!

எல்லா நாட்களையும் போல நான் அன்றும் மனதால் அந்தச் சால்வையைப் போர்த்திக் கொண்டு நொடிப் பொழுதில் அதைக் கறைப்படுத்தி விட்டிருந்தேன். என்றாலும் மறுகணமே இந்தத் தீண்டல் ஸ்பரிசம் அவருடையதாக இருக்க முடியாது என்பது எனக்குப் புரிந்தது. யாராக இருந்தாலும் என்ன? தலையைத் தானே தடவி விடுகிறார்கள்?!

தொடர்ந்து அந்த விரல்கள் எனது தலையை விட்டுவிட்டு எனது தோள்களைப் பிடித்து கசக்கியவாறே கழுத்து வழியாகக் கீழே வந்து எனது கவுனின் விளிம்புகள் வழியாக உள்ளே நுழைந்து எனது மார்புகளை தனது இரு கரங்களாலும் பிடித்துக் கசக்கத் தொடங்கின. மின்னல் தாக்கியது போல உடனடியாக நான் அந்த மேகப் படுக்கையிலிருந்து எழுந்து விட்டிருந்தேன். எனது கவுன் இடை வரை கரைந்து போயிருந்தது. மார்புகளை பொத்தி எனது வெட்கத்தை மறைத்துக் கொண்டிருந்தன அந்நியக் கரங்கள் இரண்டு. அது ஏதோ என் மீதுள்ள அனுதாபத்தினாலோ, பாசத்தினாலோ அல்ல. மோகத்தில் நீந்தியவாறும், சாகசமாக இன்பம் அனுபவிக்க என்னைத் தூண்டும் விதமாகவும் என்பதை நான் உணர்ந்தேன்.

என்றாலும் யார் இவர்? நான் தலை திருப்பி அந்த முகத்தை இனங்காண இடமளிக்காது அந்த அந்நிய விலங்கு எனது தேகத்தின் பின்னாலிருந்து தனது கைகளின் மூர்க்கமான இயக்கத்தைக் கைவிடாமலேயே எனது கன்னத்தில் கன்னம் வைத்து அழுத்தியவாறே இரகசியமாக முணுமுணுக்கத் தொடங்கியது.

"உனது கூந்தல் சரியாக நடுவில் வகிடு பிரிக்கப்பட்டு இரு புறமாக நீர்வீழ்ச்சி போல தரை நோக்கி விழும் இடத்தில்தான் எனது காமம் தொடங்கியது. காரணம் நான் உன்னை முதன்முதலாக அந்தக் கோணத்தில்தான் கண்டேன். ஆகவே உனக்கு முன்பே உனது அலையடிக்கும் சுருண்ட கூந்தல்தான் எனக்கு முதலில் தென்பட்டது. இந்தக் கூந்தலை மாத்திரம் நான் எத்தனை நாட்கள் முத்தமிட்டுக் கொண்டிருந்தேன். இந்தக் கூந்தலில் நான் எத்தனை பூக்களைச் சூடியிருப்பேன். அவை எவற்றையும் நீ உணர்ந்திருக்க மாட்டாய். இல்லாவிட்டால் உணராதது போல காட்டிக் கொண்டாய். தனியாக இந்த எல்லைக் கோட்டில் விளையாடிக் கொண்டிருக்கும் இந்தக்

குறும்புக்காரச் சிறுமி யார் என்று எத்தனை நாட்கள் நான் உன்னையே பார்த்துக் கொண்டிருந்தேன் தெரியுமா? நீ என்னை அவ்வளவு சீக்கிரமாக மறந்து விட்டாயா? எல்லைக் கோட்டைத் தாண்டி என்னிடம் மாட்டிக் கொள்ளாதே என்று நான் உன்னை எச்சரித்தேன்தானே? அப்போது நீ வாயைக் கோணலாக்கி பழித்துக் காட்டி சிரித்தாய்தானே அழகியே? இப்போதென்றால் உன்னால் என்னைத் தடுத்து நிறுத்த முடியாது."

கண்ணுக்குப் புலப்படாத அந்தக் கரங்களின் அழுத்தத்திலும், அந்த ராகம் மிக்க குரலின் மெருகிலும் நான் விடாமல் நசுங்கிக் கொண்டிருந்தேன். என்றாலும் அவை எனது இடையின் கீழே செல்லும் முன்பு என்னால் அவரைத் தடுத்து நிறுத்த முடியுமாக இருந்தது. நான் அவரை விடவும் புலனாற்றல் மிகுந்து பக்குவமடைந்திருந்த காரணத்தால்தான் அது சாத்தியமானது.

ஆமாம். நான் அவரை இனங்கண்டு கொண்டேன். என்றாலும் அவருக்கு இந்தளவு பலம் இருக்கும் என்று நான் நினைத்திருக்கவில்லை. அவர் யாரென்று அறிந்து கொண்ட திகைப்பில் நான் வேகமாக அவரது முத்தத்திலிருந்து விலகிக் கொண்ட கணத்தில் அச் சிவப்பு மேகம் கிழிந்ததால் வேறோர் ஊதா நிற மேகத்தின் மீது நான் விழுந்தேன். அந்த மேகத்தின் உள்ளே நான் புதையுறவில்லை. அங்கு நான் ஒரு பூவிதழின் மேல் மிதப்பது போன்ற மென்மையான உணர்வைத்தான் உணர்ந்தேன்.

நான் நிம்மதியாக மூச்சிரைக்கத் தொடங்கினேன். ஏன் இன்று ஒருபோதும் இல்லாமல் இவ்வாறு உடனடியாக பாரதூரமான தாக்குதல்கள் என் மீது பிரயோகிக்கப்படுகின்றன? எனது பயிற்சி என்னை விட்டும் நீங்கி விட்டதா? எனது சமநிலை தவறி விட்டதா?

இனியும் நான் இரண்டுக்கும் நடுவிலே நிலைத்திருக்க மாட்டேனா?

அவ்வேளையில்தான் இளம் மஞ்சள் நிறத்திலிருந்த பட்டாம்பூச்சிகளிரண்டு வந்து எனது கண்ணிமைகளை மூடின. இரண்டுமே ஒரே நேரத்தில் ஏதோ தமக்கிடப்பட்ட கட்டளைகளை நிறைவேற்றுவது போலவும், என்னைப் பகிர்ந்துகொள்வது போலவும் செயலாற்றின. ஒன்று எனது கண்ணிமையில் இருந்து கன்னத்துக்குப் பறக்கையில், மற்றையதும் அதையே செய்தது. ஒத்திசைவாக பரவச நிலை இருபுறமும் சமச்சீராக பிரிந்து செல்வதானது என்னைக் குழப்பியதோடு என்னை உச்சத்தை எட்டச் செய்தது.

அந்தப் பட்டாம்பூச்சிகள் இரண்டும் எனது இரண்டு கன்னங்களிலிருந்து ஈருதடுகளுக்கும், ஈருதடுகளிலிருந்து காது மடல்களின் பின்புறமாகவும், தொடர்ந்து கழுத்தின் இருபுறங்களிலும் தொட்டுத் தொட்டுப் போகும்போது இந்தக் காமசூத்திரத்திலிருந்து என்னை விடுவித்துக் கொள்ள வேறொரு மேகத்தின் மீது குதிப்பதா இல்லாவிட்டால் ஒரு முனகலைக் கூட வெளிப்படுத்தாமல் பொறுத்துக் கொண்டிருப்பதா என்று நான் கண்களை இறுக மூடிக் கொண்டு யோசிக்கும்போதே மெல்லிய முனகல் எனது உதடுகளிடையேயிருந்து வெளிப்பட்டது. மறுகணமே அந்தப் பட்டாம்பூச்சிகள் இரண்டும் எனது முலைக் காம்புகளை மூடி என்னை உறிஞ்சிக் குடித்தவாறு விசாலமாகியும், வர்ணமேற்றப்பட்டும், தமது நான்கு செட்டைகளாலும் என்னை முழுவதுமாக அரவணைத்துக் கொண்டன. அவை இரண்டும் எனது சிந்தனாகாலத்தை மீண்டும் மீண்டும் துய்த்தவாறு பிரகாசமாக ஒளிர்ந்து கொண்டே பித்துப் பிடித்தது போல நிறுத்தாமல் அவற்றுக்குள் என்னை இழுத்துக் கொண்டிருந்தன. அவை மூச்சிரைக்கும் வேகத்துக்கு இசைவாக எனது

விரல் முனைகளிலும், கைகளிலும் படிந்திருந்த மேகப் பூக்களின் இதழ்கள் கரைந்தொழுகிக் கொண்டிருந்தன. எனது இடுப்பின் கீழே எஞ்சியிருந்த ஆடை காணாமல் போயிருந்தது. உணர்ச்சிக் குவியல் தேகம் முழுவதையும் ஆட்கொண்டிருந்தது. இதனிடையே அந்த வெள்ளைக் காகமும் ஒரு போதும் வாடாத பூவொன்றைத் தனது சொண்டில் காவியவாறு பறந்து வந்து எனது தொப்புளின் மீது பூவை வைத்தது.

எதிர்பாராத விதத்தில் ஏன் இவ்வளவும் நடந்து கொண்டிருக்கின்றன? நான் பட்டாம்பூச்சிகளை நம்பி மோசம் போய் விட்டேனே! அவற்றுக்கு எங்கிருந்துதான் இந்தளவு காமமோ?! அவை வண்டுகளுமல்ல, காகங்களுமல்ல. அவ்வாறுதானே நான் எண்ணியிருந்தேன்?!

பரதேசிகள்! புனித யாத்திரை செல்கையில் வழி தவறிய இரண்டு அப்பாவிகள் போலத் தோன்றி காமக் குற்றங்களை செய்திருக்கும் பரதேசிகள்! கடவுளே, இவை இரண்டுக்கும் எனது மூச்சு முட்டும் அளவுக்கு என்னை ஒரு சௌந்தர்யத் தடாகத்தில் மூழ்கடித்து நான் கதறுவதைக் கேட்டு சுகம் அனுபவிப்பதுதான் தேவையாக இருந்திருக்கிறது. அது இன்று நிறைவேறியிருக்கிறது. இதனிடையே வெள்ளைக் காகமும் இந்தச் சந்தர்ப்பத்தைப் பயன்படுத்திக் கொண்டது. இது இவற்றின் சதித் திட்டமோ?!

இதுவரை காலமும் நான் காதலிக்காத ஆனால் என்னையே காதலித்த எல்லாக் காதலர்களிடமும் இன்று நான் தோற்று விட்டிருந்தேன். இன்று எல்லைக் கோட்டில் சந்திக்க நேர்ந்த அனைத்து சின்னஞ் சிறு உயிரினங்கள் கூட என் தேகம் முழுவதும் மொய்த்திருந்தன. அவை எனது பரவசத்தைச் சுவைத்தன. இனியும் என்னால் அதை ஒளித்து வைக்க முடியாது. நான் வர்ண மேகங்களிடையே இருந்தேன். இப்போது எவருடையதும்

அல்லது என்னுடையதேயான காமத்தை மறுதலிக்க முடியாத ஒரு நிலை ஏற்பட்டிருக்கிறது எனக்கு.

ஒரு கணத்தில் எனது தர்க்க அறிவு அப்படியே முழுமையாகக் காணாமல் போய் முரண்பாடான இடமொன்றின் முழுமையான விடுதலையில் கரைந்து போயிருந்தேன் நான். கடும் ஊதா நிற மேகத்தின் மீது அந்தப் பரதேசிகள் பறந்து வந்தது எனது எண்ண அலைகள் தந்த உத்வேகத்தால்தான் என்பதை கண்களை மூடியிருந்தபோது நான் உணர்ந்தேன்.

என்னுள்ளே காலத்தைக் குறித்த உணர்வு கூட காணாமல் போயிருந்தது. என்றாலும் ஏதோ ஒரு கணத்தில் அந்த இடையறாத பெருங்களிப்பின் மத்தியிலும் சடுதியாக எனக்கு அந்த சாந்தம் மிகுந்த கண்களிரண்டும் ஞாபகம் வந்தன. அவர் என்ன நினைத்திருப்பார்?! நான் அவருடையவள் என்று சுயமாகவே ஒரு பதவியை எனக்குள் உருவாக்கியிருந்தேன். அவரால்தானே இந்த எல்லைக் கோட்டைத் தாண்டிப் போகாமலிருந்தேன்?! என்றாலும், அவர் எனது கஷ்டத்தில் உதவி செய்வதை மாத்திரம்தானே செய்தார்?! எனது மனதின் ஆழத்தில் உதித்த உன்மத்த காதலுக்கு நான் இடமளிக்கவே இல்லையே! இன்று அதற்கு என்ன ஆனது?! நான் அவருக்கு துரோகமிழைத்து விட்டேன், அல்லவா?!

நான் தியானம் செய்யவில்லை. நான் ஏற்றுக் கொள்ளப்பட்டவைக்கும், விலக்கப்பட்டவைக்கும் இடையே சமநிலையில் இருக்கவில்லை. எனக்கு என்ன நடந்திருக்கிறது?!

அச்சமும், நாணமும் மீண்டும் என்னுள் பிறந்து கொண்டிருந்தன. அந்த இடையறாத பெருங்களிப்பின் ஏக்கத்தை நிரூபித்தவாறு எனது தர்க்கிக்கும் ஆற்றல் மிகவும் பாடுபட்டுத் தலையுயர்த்தியது. அந்த ஏக்கமும்,

சோகமும் ஆசுவாசித்திருக்கும் குருதியோடு கலந்து கசப்பைத் தோற்றுவித்து எனது உணர்ச்சி வெள்ளங்கள் நின்று போயிருக்கக் கூடும். என் மீது தேன் உறிஞ்சிக் கொண்டிருந்த பட்டாம்பூச்சிகள் உள்ளிட்ட அனைத்து ஜீவராசிகளும் பதற்றமடைந்து என்னை விட்டு விலகிச் சென்றன.

இவ்வாறான ஒரு வலிய உச்சத்துக்குப் பிறகும் சோகக் கண்ணீர்த்துளிகளை உகுக்க எனது விழிகளால் முடியுமா? 'என்னைக் காப்பாற்றுங்கள்' என்று கத்துவதே எனது தேவையாக இருந்த போதிலும் எனது வாயிலிருந்து எந்த ஓசையும் வெளிவரவில்லை. என்னிடம்தான் காப்பாற்றுவதற்கு என்று எதுவுமே எஞ்சவில்லையே! இருதயத்தை தவிர ஏனைய அனைத்தையும்தான் விலக்கப்பட்ட பக்கத்திலிருந்தவை உறிஞ்சிக் குடித்தாயிற்றே! இனிமேல் ஒருபோதும் அந்த சாந்தமான விழிகள் என்னை ஏறெடுத்தும் பார்க்காது.

"காப்பாற்ற ஒன்று இருக்கிறது. உனது இருதயம் இன்னும் மீதமிருக்கிறதே! ஆகவே உனது மனசாட்சியும் இன்னும் மீதமிருக்கிறது. பல வருட பயிற்சியும் மீதமிருக்கிறது. ஏன் இந்தச் சின்னப் பெண் பதற்றமடைந்திருக்கிறாள்?"

ஊதா நிற மேகத்தின் மீதிருந்து சாந்தமான விழிகள் என்னை நோக்கி நடந்து வந்தன. அவரது சால்வையால் என்னைப் போர்த்தியவாறே அவரது அமைதியான குரலை எழுப்பினார்.

கடவுளே! இவ்வளவு நேரமாக அவர் என்னைப் பார்த்துக் கொண்டிருந்தாரோ?! இல்லாவிட்டால் நான் மனதினுள் ஓலமிட்டது அவருக்குக் கேட்டிருக்குமோ?!

எனது பாவ காரியங்கள், வெட்கங்கெட்ட சுபாவம் ஆகியவை அவரது சால்வைக்குள்ளிருந்தும் தெளிவாகத் தென்பட்டன. என்னால் எதுவும் பேச முடியாமலிருந்தது.

அவரால் எனது மனதை பார்க்க முடிந்தது. நான் பேசினாலும், பேசாவிட்டாலும் அவர் எனது மனசாட்சியை ஊடுருவிக் கொண்டிருந்தார். எனது உடலை ஊடுருவதில் உண்மையில் எந்தப் பிரச்சினையும் இருக்கவில்லை என்றாலும் எவரும் எனது மனதை ஊடுருவதை என்னால் தாங்க முடியாமலிருந்தது. எவரும் எனது மனதிலிருக்கும் காயங்கள், தழும்புகளைக் காண்பதுதான் உலகத்திலிருக்கும் ஆகவும் பெரிய அசௌகரியமான விடயம்.

"சிந்தனாகாலம் பலவற்றை உனது மனதுக்குள் நீ பல கோடி நொடிப்பொழுதுகளாக விஸ்தரித்திருக்கிறாய். நீ நினைத்திருந்ததிலும் பார்க்க குறைவான நேரமே அதற்கு எடுத்தது. அது ஒரு மிகச் சிறிய விடயம். ஒன்றை விதைத்து அறுவடை செய்வதில் நீ மிகவும் திறமையானவள். சில சமயங்களில் முளைக்காதவற்றைக் கூட நீ விதைப்பாய். என்றாலும் இன்னும் உனக்குள் தூய்மையான தடங்கள் ஒளிர்ந்து கொண்டுதான் இருக்கின்றன என்பது தெளிவானது. ஆகவேதான் உன்மத்தத்தின் முடிவிலாவது சுய நினைவுக்கு மீள்கிறாய். ஆனந்தக் கழிப்புக்குள் எதிர்பார்ப்புகளை இழந்து விடுகிறாய். இது இரண்டாவது தடவை. உனக்கு இன்னும் ஒரு வாய்ப்பே இருக்கிறது."

நான் மீண்டும் மதிலின் மேல் எனக்குப் பிடித்த இருப்பில் வைக்கப்பட்டிருந்தேன்.

'உண்மையிலேயே நிகழ்ந்தவை அனைத்தும் சின்ன விடயமா என்ன?!'

அதற்கான பதில் எனக்குத் தெரியவில்லை. அவ்வேளையில் மலர்த் தட்டுகள் பலவும் நிறைய நிறைய மின்மினிப் பூச்சிகள் எனது கண்ணீர்த் துளிகளைச் சேகரித்துக் கொண்டிருந்தன.

வனவாசியும், லௌகீகவாதியும்

நான் கிராமத்தையும், நகரத்தையும் கை விட்டிருந்தேன். அதனால் பல வருடங்களாக ஒரு வனவாசியாகத்தான் வாழ்ந்து வருகிறேன். என்னை இனங்காண எவராலும் முடியாது. யாராவது இந்தக் கானகத்துக்குள்ளும் வரக் கூடும் என்று தோன்றுகையில் நான் ஒருவிதமான முகமூடியை அணிந்து கொள்வேன்.

நான் மரமொன்றில் சாய்ந்து நின்றால் மரத்தின் நிறமடைவேன். நதியிலிறங்கினால் தண்ணீர் போல ஆகுவேன். பூஞ்சோலையொன்றை அடைந்தால் பூவாக மாறுவேன். குன்றொன்றில் ஏறினால் கற்பாறையாகுவேன். நீர்வீழ்ச்சியொன்றின் அருகே சென்றால் நுரையாக மிதப்பேன். கற்குகையொன்றுக்குள் நுழைந்தால் இருளாகுவேன்.

ஒரு நாள் நான் சிறுபுற்கள் செழித்திருந்த சமதரையில் சாய்ந்திருந்த வேளையில் முயல் கூட்டமொன்று எனது தேகம் முழுவதையும் தடவித் திரிந்ததை அனுபவித்ததன் பிறகுதான் இனிமேல் ஒருபோதும் தரையில் படுத்துக் கொள்ளும்போது முகமூடியை அணிந்து கொள்வது நல்லதல்ல என்பது எனக்குப் புரிந்தது. ஒரு காட்டில் எப்படி வாழ வேண்டும் என்பதை நான் படிப்படியாகக் கற்றுக் கொண்டேன்.

எனது இந்தப் பச்சோந்தி வேஷத்தை இந்தக் காட்டுக்குள் வரும் மனிதர்களால் மாத்திரமே இனங்காண முடியாதிருக்கிறது. விலங்குகளோ எனது மனித வாடையை ஏனைய மனித வாடைகளிலிருந்து எப்போதும் பிரித்தறிந்து கொள்வதனால் என்னோடு நட்பாகவே இருக்கின்றன.

என்னால் தமக்கு எந்தத் தொந்தரவுமில்லை என்பதை விலங்குகள் அனைத்தும் அறிந்திருக்கின்றன. ஆகவே அவை என்னைக் கண்டு மிரள்வதுமில்லை. நான் அவற்றைக் கண்டு அஞ்சுவதுமில்லை. அதனால் நான் இந்தக் கானகத்தில் எங்கிருந்தாலும் அவை என்னை இனங்கண்டு கொள்கின்றன.

இப்போதெல்லாம் காட்டுக்குள் மனிதர்கள் யாரும் வருவதேயில்லை. நானும் முன்பு போல காட்டின் விளிம்பில் வசிக்காமல் இப்போதெல்லாம் காட்டின் மையத்தில்தான் இருக்கிறேன்.

நான் நடக்கையில் எனது தோளில் தொங்கிக் கொள்ளும் குரங்குக் குட்டிகள் இருக்கின்றன. எனது கூந்தலைக் கலைத்து சிக்காக்கும் பறவைக் குஞ்சுகள் இருக்கின்றன. எனது கன்னங்களை மூடும் பட்டாம்பூச்சிகள் இருக்கின்றன. எனது கண்ணிமைகளில் வந்து ஒட்டிக் கொள்ளும் கம்பளிப் பூச்சிகள் இருக்கின்றன. எனது கழுத்தைத் தழுவிக் கொள்ளும் பொன்வண்டுகள் இருக்கின்றன. எனது மார்புக் குழிக்குள் சுருண்டு கொள்ளும் அணில் குஞ்சுகள் இருக்கின்றன. எனது மடியில் ஏறும் மான் குட்டிகள் இருக்கின்றன. எனது தோள்பட்டைகளில் பலவித சர்ப்பங்களும், நாகங்களும், புடையன் பாம்புகளும் சுற்றிக் கொண்டிருக்கின்றன. அந்நிய மனித வாடையை மோப்பம் பிடிக்கும் பாதுகாவலர்கள் போல ஓநாய்கள் என் பின்னால் வருகின்றன.

அது இதென்று பிரித்துப் பேதம் பார்க்காமலே இவை அனைத்தையும் அவற்றின் சிறுபராயத்திலிருந்து நான்தான் பராமரித்து வருகிறேன். இந்தக் கானகத்துக்குள் அம்மாக்கள் கைவிடும் எந்தப் பிள்ளையும் ஒருபோதும் தனித்துப் போனதில்லை. அம்மாக்கள் இருந்தனவோ இல்லையோ இந்தக் காட்டின் குழந்தைகள் அனைத்தும் அருந்துவதற்கான பால் என்னிடம் சுரக்கிறது. எனது

மார்புகளில் மாத்திரமல்லாமல் எனதிரு கைகளினதும், கால்களினதும் விரல்களில் கூட பால் சுரக்கிறது. என்னருகே வரும் எந்தப் பிள்ளையும் பசியை உணர்ந்ததில்லை. அவை அனைத்துமே தமது முறை வரும்வரைக்கும் கொட்டாவி விட்டவாறு பொறுமையோடு காத்திருக்கும் அளவுக்கு எனக்குக் கட்டுப்பட்டிருக்கின்றன. தமது ஒழுக்கத்தைப் பேணுகின்றன.

இவ்வாறாக வெற்றுக் கண்ணுக்குப் புலப்படாத ஒரு வன தேவதையாக இந்த வனம் என்னைப் பதவி உயர்த்தியிருக்கிறது. எல்லா அந்தி சாயும் வேளைகளிலும் கவிதைகளைப் பாடி நான் இந்தப் பிள்ளைகளை உறங்கச் செய்கிறேன். அந்தக் கவிதைகளைக் கேட்கவென்றே வானிலிருந்தும், பூமிக்குள்ளிருந்தும், நீரிலிருந்தும் எனக்குப் பெயர் கூடத் தெரியாத பல விலங்குகள் தினந்தோறும் வந்து செல்கின்றன.

ஏதோ கையொப்பமிடாத ஒப்பந்தம் போல ஓர் அருமையான வாழ்க்கை எனக்கு உரித்தாகியிருக்கிறது. இவை அனைத்தையும் நான் அன்போடும், தயாள குணத்தோடும், பெருங்கருணையோடும்தான் செய்து வருகிறேன்.

அனைத்துமே உறங்கிக் கொண்டிருக்கும் நள்ளிரவில்தான் நான் நதியிலிறங்கி நீராடி, கொஞ்சம் நீர் அருந்துவேன். அப்படியே நதிக் கரையோரமாக சாய்ந்து படுத்து ஆகாயத்தையே பார்த்துக் கொண்டிருக்கையில் நான் ஓர் ஆதி அந்தமற்ற தாரகையாக மாறுவேன். பின்னர் விடிகாலையில் சூரியன் வந்து தனது இளஞ்சிவப்பு நிறக் கதிர்களால் என்னைத் துளைக்கும்போதுதான் நான் விழித்துக் கொள்வேன். அதுவரை எனது பிள்ளைக் கூட்டங்கள் பொறுமையிழந்து என்றாலும் இந்தத் தாய் தயாராகி வரும்வரைக்கும் எனது தேகத்தில் ஏறுவதற்காக பொறுமையோடு காத்திருக்கும். அதன் பிறகு

அவற்றையும் எனது தேகத்தில் ஏற்றிக் கொண்டு மீண்டும் அந்தி சாயும்வரைக்கும் உலவித் திரிவேன். இடையில் விளையாட்டு நேரம், ஓய்வு நேரம் போன்றனவும் உண்டு. இவ்வாறாகத்தான் எனது நாள் கழியும்.

ஒரு நாள் நள்ளிரவில் நதியில் நீராடி, நீரருந்தி விட்டு வந்து நதிக்கரையில் சாய்ந்ததுதான் ஞாபகம். ஆகாயத்தில் ஒரு தாரகை ஆகவும் சமயம் கிடைக்கவில்லை. தரையில் புட்கம்பளமாக மாறவும் சமயம் கிடைக்கவில்லை. எனது நிறமோ, வேஷமோ மாறாமல் நான் நானாகவே ஆகியிருந்தேன். ஆமாம். விடிவெள்ளி போன்ற விழிகளிரண்டு திடீரென்று எங்கிருந்தோ வந்து என்னருகில் உதித்திருந்தன. நான் அவற்றை ஆச்சரியமாகப் பார்த்திருந்தேன். எனக்கு மிகவும் பரிச்சயமான விழிகளாக அவையிருந்தன. என்றாலும் என்னால் அவற்றை ஞாபகப்படுத்திப் பார்க்க முடியவில்லை.

யாரிது? நானோ மனிதர்களோடு பழகுவது எப்படிப் போனாலும் ஒரு மனிதப் பிறவியைக் கண்ட காலம் கூட எனக்கு நினைவில்லை. எதுவுமே ஞாபகத்துக்கு வராமல் நான் பழையவற்றை ஞாபகப்படுத்திப் பார்க்க முற்படும்போதுதான் அது எனது தேகத்தின் மீது குதித்திருந்தது. ஒரு கூட்டம் வனக் குழந்தைகளை எனது உடம்பில் சுமந்துகொண்டு நாள் முழுதும் அலைந்து திரிந்தாலும் இந்தளவு களைப்பையோ, மூச்சுத் திணறலையோ அந்தச் சமயங்களில் நான் உணர்ந்ததில்லை.

இந்த விலங்கு எனக்கு என்ன செய்கிறது? பித்துப் பிடித்தது போல நடந்து கொள்கிறதே! எனக்கு எதுவுமே புரியவில்லை. நிறுத்தாமல் ஒரே மாதிரியாக இயங்கிக் கொண்டிருந்தது அது. என்னை நோவிப்பதைத்தான் அது செய்தது. சுவாசிக்கக் கூட என்னிடம் சக்தியிருக்கவில்லை. உறங்கவும் முடியவில்லை. அந்த விலங்கு எதுவாக இருப்பினும் பெரும் பசியோடு இருந்திருக்கிறது என்பதை

உணர்ந்தேன். கடைசியில் அது எனது மார்புகளின் மீதே உறங்கி விட்டிருந்தது.

உறங்கி விட்டது என்று நான் கருதிய போதிலும் சிறிது நேரத்திலேயே மீண்டும் அது விழித்துக் கொண்டது. விழித்ததுமே மீண்டும் எனது கண்களையே உற்று நோக்கியது. அவ்வேளையில் நான் முன்பு கண்ட அந்த விழிகள் அதனிடம் இருக்கவில்லை. வேறு விழிகளிரண்டே அதனிடம் இருந்தன. பொதுவாக குட்டி விலங்குகள் என்னிடம் வயிறு முட்ட பால் அருந்தி, தூங்கி எழுந்து, விளையாடி விட்டு என்னிடம் மீண்டும் வரும்போது அவற்றின் கண்களில் எனக்குத் தென்படும் ஒரு நிறைவான பார்வையே இந்தக் கண்களிலுமிருந்தது.

அவ்வாறென்றால் நான் கனவேதும் கண்டு கொண்டிருக்கிறேனோ?! எந்த விலங்கும் என்னிடம் நடந்துகொள்ளாத விதத்தில் மிகவும் மோசமான விதத்தில்தானே இது என்னுடலில் இயங்கியது?! என்றாலும் ஒரு தடவை தூங்கி எழுந்து எனது முகத்தை ஏறிட்டுப் பார்த்து விட்டு மீண்டும் எனது கன்னத்தில் முகத்தைச் சாய்த்து வைத்துக் கொண்டு ஏதோ ஒரு குட்டிக் கரடியைப் போலத்தானே மீண்டும் உறங்குகிறது?! ஆனால் ஒரு கரடிக் குட்டி கூட என்னை இந்தளவு வதைத்ததில்லையே?!

இவ்வாறான இரண்டு முகம் காட்ட மனிதர்களால் மாத்திரம்தானே முடியும் என்று தோன்றும் போதே இது ஒரு மானிடன் என்பது எனக்குப் புரிந்தது. இவன், மனிதர்களோடு நான் பழகிய காலத்தில் நான் அறிந்திருந்த ஒரே ஆடவன் அல்லவா என்பதுவும் அப்போதுதான் எனக்கு ஞாபகம் வந்தது.

அவன் எப்படி இங்கே? அவ்வாறென்றால் எவ்வளவு காலத்துக்குப் பிறகு நான் அவனைக் காண்கிறேன்?

எனக்கு எதுவும் நினைவில்லை. குறைந்தபட்சம் அவனது முகத்தைக் கூட நான் மறந்து விட்டிருந்தேன். அந்த நட்சத்திரக் கண்கள் மாத்திரமே எனக்கு முன்பே பரிச்சயமானவை போலத் தோன்றின. நடந்ததைக் கனவொன்று என்றுதானே கருதியிருந்தேன்?! என்றாலும் எனது தேகத்திலேறி அவன் ஏன் என்னை வதைத்தான்?!

ஒரு வார்த்தை கூட உதிர்க்கவுமில்லை அவன். ஓர் ஊமை ஆந்தையைப் போல கிடந்தான். நான் அறிந்திருந்தவனுக்குத்தான் கதைக்க முடியுமே! அவனது சிறப்பியல்பே நன்றாகக் கதைப்பதுதானே?! அவனது கதைகளைத்தானே நானும் விரும்பினேன்?!

***

அவளோ ஒரு வன தேவதை. நான் அறிந்திருந்த ஒரேயொரு மானிடப் பெண்ணைத்தான் அவள் ஒத்திருந்தாள். என்றாலும் நான்தான் அந்த மானிடப் பெண்ணை அறிந்து கொண்ட காலத்திலேயே அவளைக் கைவிட்டு விட்டேனே! அதன் பிறகு அவளது வாழ்க்கையில் என்ன நடந்ததென்றே எனக்குத் தெரியாது.

அவ்வாறான ஒருத்தியை இந்தக் காட்டின் மத்தியில் காணக் கிடைக்கும் என்று நான் எதிர்பார்த் திருக்கவேயில்லை. எனக்கு காடுகளைப் பிடிக்காது. நான் லௌகீகவாதியாகவே இருந்தவன். வனவாசியாக ஆக கனவிலும் கூட நான் எண்ணியிருக்கவில்லை. கிராமத்திலிருந்து நகரத்துக்கும், நகரத்திலிருந்து உலகம் முழுவதும் பயணிக்கும் ஆசையே எனது கனவில் இருந்தது. அதன் பிறகு விண்வெளிக்குச் செல்வது போன்ற படிப்படியாக மேலே செல்லும் இலட்சியங்கள் மாத்திரமே எனது வாழ்க்கையில் இருந்தது.

விண்வெளிக்குப் போவதைத் தவிர ஏனைய அனைத்துமே எனக்குத் தேவையான விதத்தில், நான் விரும்பிய விதத்திலேயே நடந்தேறின. ராக்கெட் ஒன்றில் செல்லும்

முன்பு விமானங்களில் போயிருக்க வேண்டும் என்பதனால் நான் அடிக்கடி வான் பயணங்களை மேற்கொண்டேன். எனது கையில் ஒரு சதம் கூட இருக்காத காலத்தைப் போலவே, இருக்கும் பணத்தில் என்ன செய்வது என்பது தெரியாமல் முழிக்கும் ஒரு காலமும் கடைசியில் வந்தது. அந்தக் காலத்தில்தான் நான் வான் பயணங்களில் அதிகமதிகம் ஈடுபட்டேன்.

சூடான வாயு பலூன்களில் ஏறி குளிர் பிரதேசங்களில் சஞ்சரிப்பது எனக்கு மிகவும் பிடிக்கும். கடைசியாக அவ்வாறு பயணித்தவேளையில்தான் நான் மாத்திரம் தனியே சஞ்சரித்த ஒரு வாயு பலூன் எதிர்பாராத விதத்தில் மற்றுமோர் இடத்துக்கு மிதந்து சென்றது. அதுவோ ஏழு கடல் தாண்டி ஒரு சமுத்திரத்தின் நடுவிலிருந்த சின்னத் தீவொன்றின், ஒரு சிறிய வனத்தின் மையம்.

உண்மையில் நான் இங்கு ஒரு வாக்குமூலத்தை அளிக்க விரும்புகிறேன். தற்கொலை செய்துகொள்ளும் எண்ணத்தோடுதான் நான் அந்த வாயு பலூனில் ஏறினேன். உயிர் வாழ்வது என்பதையே அவ்வேளையில் நான் ஒரு தொந்தரவாகத்தான் கருதினேன். எனக்கு இன்பம் தருபவையாக இருந்த அனைத்துமே படிப்படியாக துன்பம் தருபவையாக ஆகியிருந்தன. சுவையாக இருந்த அனைத்துமே கசப்பானவையாக மாறியிருந்தன. நான் ஆசைப்பட்டவை அனைத்துமே எனக்கு வெறுத்துப் போயிருந்தன. அனைத்து பௌதீக விடயங்களிலும் நான் முழுமையடைந்திருந்த போதிலும் மனதளவில் நான் வெறுமையை இடையறாது உணர்ந்து கொண்டேயிருந்தேன்.

கடைசியில் எனக்கு ஏதோ புற்று நோயிருக்கிறதென்று மருத்துவ பரிசோதனைகள் எதற்கும் உட்படாமலேயே நானாகவே ஒரு முடிவுக்கு வந்தேன். சிலவேளை எனது இதயம் பலவீனமானது என்பதனாலேயே புற்று நோய் ஏதாவது எனக்கு வந்திருக்கக் கூடும் என்று

கருதினேன். எனது வாழ்க்கையின் மீது ஒரு வினோதமான களைப்பை நான் உணர்ந்தேன். ஆகவேதான் யாரும் அறியாத விதத்தில், ஒரு சிதைந்த வாயு பலூனை ஆகாயத்தின் மீது தற்கொலை செய்து கொள்வதற்காக நான் தேர்ந்தெடுத்தேன். என்றாலும் நான் கருதியிருந்த விதத்தில் அந்த வாயு பலூன் தீப்பற்றவோ, உடைந்து விழவோ இல்லை.

ஒரு விநோதமான தீவின் மேலால் பறக்கையில்தான் மிகவும் விசாலமான ஏதோவொரு சக்தியால் அல்லது வசீகரிக்கும் ஈர்ப்பால் பலூன் கீழ்நோக்கி கவரப்படுவதை நான் உணர்ந்தேன். பலூன் ஒரு பெருவிருட்சத்தின் மீது தரித்தது. எனது கிராமத்தில் கூட மரங்கள் எதிலும் ஏறியே இருக்காத நான் எனது கை கால்களை உடைத்துக் கொள்ளாமல் எவ்வாறுதான் அந்தப் பெருவிருட்சத்திலிருந்து இறங்கினேனோ நான் அறியேன்.

அந்த வனத்திலிருந்த ஈரமும், மர்மமும், வாசனை மிக்க சௌந்தர்யமும் எனது தற்கொலை எண்ணத்தை அணைத்து விட்டிருந்தன. இன்னும் கொஞ்சம் உயிர் வாழ்ந்து பார்க்கலாம் என்றும் அதற்காக இந்த வனத்திடம் மூச்சுக் காற்றை கொஞ்சம் கடன் வாங்க வேண்டும் என்றும் கூட எனக்குத் தோன்றியது. என்றாலும் நான் யாசிப்பதற்கு முன்பே எனக்கு அது கிடைத்தது.

பூவின் நறுமணமும், பால் வாசனையும் கலந்த ஒரு வாடை எனதருகே ஒரு சால்வையைப் போல வந்து எனது முகத்தில் மோதியது. அந்த வாசனையில் கவரப்பட்ட எனக்குள் ஏதோ ஆனது. இந்த நட்ட நடுக்காட்டில் தாய்ப் பாலூட்டும் தாய்மார்கள் இருப்பது சாத்தியமில்லையே?! அந்தச் சால்வை எனது முகத்தை மறைத்ததுதான் தாமதம். எனக்கு வேறு எதுவுமே தென்படவில்லை. நான் மரித்துப் போய் வேறொரு பிறவி எடுத்திருக்கிறேனோ என்றும் எனக்கு சந்தேகம் தோன்றியது. இருந்தாலும் நான்தான்

புனர்ஜென்மத்தை நம்பும் ஆள் இல்லையே! என்றாலும் மரித்ததற்குப் பிறகு என்ன நடக்கிறது என்பதை அறிய மரித்துத்தான் பார்க்க வேண்டும், இல்லையா?!

எவ்வாறாயினும், இப்போது என்னிடம் ஓர் இலக்கு இருந்தது. நாள் முழுவதும் நான் அந்த வாசனையின் பின்னால் ஒரு மிருகத்தைப் போல மோப்பம் பிடித்தலைந்தேன். ஓர் ஒற்றைக் கணத்தில் ஒரு காட்டுவாசியின் அறிகுறிகள் எனக்குள் எப்படித் தோன்றியதோ நான் அறியேன். வேங்கையொன்றைப் போல பதுங்கியவாறு அனைத்தையும் கூர்ந்து கவனித்து உற்று நோக்கினேன் நான். ஏனைய நாட்களில் இரண்டு, மூன்று எட்டுகள் எடுத்து வைத்து நடந்தாலும் களைத்துப் போகும் எனக்கு காட்டுக்குள் நாள் முழுவதும் நடந்தும் களைப்பே ஏற்படவில்லை. நான் ஏதோவொரு மாயையில் சிக்கியிருப்பதாகத் தோன்றியது எனக்கு!

இதுவோ வாழ்க்கையில் நான் அறிந்தேயிராத ஒரு பக்கம்; எவருமே எனக்கு சொல்லிக் கொடுத்திராத ஒரு பக்கம்; எனக்கு தேடிப் பார்க்கத் தேவைப்படாத ஒரு பக்கம்; பால்வாடையும், பூ வாசனையும் கொண்ட ஒரு சால்வையால் மாத்திரம் சொல்லப்படும் ஒரு காவியம்; ஒருபோதும் எவருமே பாதம் பதித்திராத, அம்மணமான கன்னிக் காடு!

இந்தக் காட்டில் அந்தி நேரம் ஆகுகையில் நதிக் கரையோரமாக தாலாட்டுக் கவிதைகள் கேட்கும். அது எனது மொழி. அவற்றுள் சில கவிதைகளை எனது அம்மாவும் கூட எனது சிறுவயதில் எனக்குச் சொல்லித் தந்திருக்கிறாள். சில கவிதைகளையோ நான் கேட்டதேயில்லை. அந்த மாலைக் கருக்கலில் அவ்வாறான இனிமையான, தாய்மை நிறைந்த, மிருதுவான குரல் எழுவது யாரிடமிருந்து என்பதை உண்மையிலேயே என்னால் கற்பனை செய்து கூட பார்க்க

முடியாமலிருந்தது. அவ்வாறென்றால் அந்த பால்வாடைச் சால்வை தாயொருத்தியுடையதேதான். என்றாலும் ஏன் எனக்கு அந்தத் தாய் தென்பட மாட்டேன் என்கிறாள்?!

அவள் கவிதைகள் பாடுவதைக் கேட்டு எனக்கு உறக்கம் வந்தது. எனது கண்களிரண்டும் தூக்கத்தால் கனத்தன. என்றாலும் நான் உறங்க விரும்பவில்லை. அடுத்ததாக நிகழவிருக்கும் அந்த ஆச்சரியம் என்னவென்பதை நான் அறிய வேண்டும். அன்று என்னையே நான் கிள்ளிக் கிள்ளி பாடுபட்டு விழித்திருந்தேன். அவள் கவிதை பாடுவது கேட்க ஆரம்பிக்கும்போதுதான் சூரியன் மறையத் தொடங்கியிருந்தது. கவிதை பாடி முடியும்போதோ நிலா உச்சிக்கு வந்திருந்தது. சுற்றுச்சூழல் அமைதியால் மூழ்கியிருந்தது. நதி மாத்திரம் விழித்திருக்கிறதா என்ன?!

நதியில் யாரோ இறங்கியது போலவும், யாரோ நீந்துவது போலவும் ஓர் ஓசை கேட்டு எனது அரைத் தூக்கம் கலைந்தது. எனக்கோ யாருமே தென்படவில்லை. நதிக்கரையோரமாக ஒரு சால்வை புதரொன்றின் மீது காயப் போடப்பட்டிருப்பது போல தென்பட்டது. நல்லவேளையாக நல்ல நிலா வெளிச்சம் இருந்தது. நான் சால்வையைக் கூர்ந்து கவனித்தவாறே புதரின் அருகில் சென்றேன். என்னதான் அந்தச் சால்வை கழுவிக் காயப் போடப்பட்டிருந்த போதிலும், அதிலிருந்த பால் வாடை நீங்கியிருக்கவில்லை.

சற்று நேரம் கழிந்தது. நதிக்கு உயிர் வந்தது போல, நதியின் பேரழகு தேவதை போல, பொற்சிலை போன்ற ஒருத்தி நதியிலிருந்து எழுந்து வருவதைக் கண்டு நான் மெய்சிலிர்த்துப் போனேன். அவள்தான் நனைந்திருந்தாள் என்றாலும் நான்தான் நடுங்கிக் கொண்டிருந்தேன். தாயொருத்தியல்ல இவள், பளிங்குச் சிலை போன்ற கன்னியொருத்தி என்பது பார்த்தவுடனேயே எனக்குப் புரிந்தது. அவளது செழிப்பான மார்புகள் என்னைப்

பார்த்துப் புன்னகைத்தன. அவளது மெலிந்த இடை என்னுடன் உரையாடியது. எப்போதும் புன்னகை நிரம்பியிருந்த அவளது விழிகள் எனது ஞாபகங்களை பின்னோக்கி இழுத்துச் சென்றன.

கடவுளே...! இவளைத்தான் எனக்குத் தெரியுமே?! இவள் என்னுடையவள். இவள் இதுவரை யாருக்கும் சொந்தமாகாததால்தானே இவ்வாறு இந்தக் காட்டில் ஒரு நிலா போலவே பிரகாசித்துக் கொண்டிருக்கிறாள்?! அந்தக் காலத்தில் 'ஒரே ஒரு முத்தம் கொடுத்தால் போதும். ஏழேழு ஜென்மங்களும் கூடவே வருவேன்' என்று என்னிடம் கெஞ்சியவள். அப்போது இவள் பருவமடைந்தும் இருக்கவில்லை. அதெல்லாம் இப்போது இவளுக்கு நினைவிருக்குமோ தெரியாது.

அவ்வேளையில் அவளுக்கு ஏதோ ஒருவித ஈர்ப்பு மாத்திரம்தான் என் மீது தோன்றியிருக்கிறது என்று கருதினேன். என்றாலும் அந்தப் பித்தினுள்ளிருந்த அவளது காதலின் காரணமாக முத்தமொன்றைக் கொடுக்காமலிருக்க என்னால் இயலவில்லை. ஒரேயொரு முத்தத்தைக் கொடுத்து அவளைக் கைவிட்டு விடலாம் என்றுதான் தீர்மானித்தேன். ஆனால் அவளை நெருங்கியதும் எனக்கு ஒரு முத்தம் போதாமல் போனது. நான் அந்தக் காரியத்தை முழுமையாக முடிக்கும் முன்பே அவள் என் கையிலேயே பூப்படைந்து விட்டிருந்தாள். அவள் ஆகவும் சின்னப் பெண்ணாயிற்றே என்பதுவே அப்போதுதான் எனக்கு ஞாபகம் வந்தது.

அன்று என்னிடம் ஒற்றை முத்தத்தைத்தானே யாசித்தாள்?! அவள் யாசித்ததை விடவும் அதிகமானவற்றை நான் வழங்க முற்பட்டிருந்ததால் கடைசியில் எனது வாழ்நாள் முழுவதும் அவள் என்னைத் துரத்தி வருவாளோ என்று நான் பயந்தேன். ஆகவே அன்றைக்குப் பிறகு நான் அவளைச் சந்திக்கவேயில்லை. அவளுக்கு என்ன நடந்தது

என்று நான் அறிந்து கொள்ளவேயில்லை. எனக்கு என்ன நடந்தது என்று அவள் அறிந்து கொண்டிருக்கவும் வாய்ப்பில்லை.

என்றாலும் இடையிடையே எனது ஒரே கனவில் பல்லாயிரம் தடவைகள் அவள் அடிக்கடி வந்து வந்து போனாள். எனது உள்ளங்கைக்குள் அடங்கக் கூடிய சின்ன மார்புகளோடும், எனது உதடுகளிடையே மாட்டிக் கொண்ட சின்ன உதடுகளோடும் அவை வலியில் துடிக்கத் துடிக்க என்னிடம் அவள் வந்து வந்து போனாள். ஆனால் அந்தக் கனவிலிருந்து மீண்டபோதே அவற்றை மறந்து விட்டிருந்தேன் அல்லவா என்பது கூட இதோ இப்போதுதான் நினைவு வந்தது.

தேவதையொருத்தி போல தரையில் சாய்ந்து படுத்துக் கொண்டு, ஒரு தாரகையைப் போல ஆகாயத்தையே பார்த்தவாறு அவள் இந்தக் கானகத்துக்குள் இருந்ததைக் கண்டு நான் எனது கடந்த ஆத்மாக்களுக்குள் இடையறாமல் எட்டிப் பார்த்துக் கொண்டிருந்தேன்.

சூரியன் உதிக்கும் வேளையிலும் அவளைப் பார்த்தவாறே நான் விழித்துக் கொண்டிருந்தேன். அவளோ உறங்கிக் கொண்டிருந்தாள். சின்னச் சின்ன விலங்குகள் அவளைச் சூழவும் பல வகைக் கனிகளையும், இலைச் சுருள்களில் பானங்களையும், காட்டுப் பூக்களையும் பரப்பி வைத்து தமது தாய் தேவதையை மிகச் சிறந்த முறையில் வரவேற்க வரிசை கட்டி நின்று கொண்டிருந்தன. அவள் எழுந்து சோம்பல் முறித்து, புன்னகையோடு வாய் கழுவிக் கொள்ளும்போதே குட்டிக் குட்டி விலங்குகள் அவளது உடலில் போட்டி போட்டுக் கொண்டு ஏறத் தொடங்கியிருந்தன.

அவளோ அவை அனைத்தையும் பெருங்கருணையோடு அரவணைத்துக் கொள்கையில் பாலானது அவளுடலிருந்து

ஊற்றெனப் பொங்கி வழிந்து பெருகி வெள்ளமெனப் பாய்ந்து அவளைச் சூழவும் ஒரு பால் தடாகமே உருவானது. அவளது இரு பாதங்களின் விரல்களிலிருந்தும் கூட பால் ஊற்றெடுத்து வழியத் துவங்கியது. அவளது முலைக் காம்புகளில் பொங்கி வழியும் பாலால் அணில் குஞ்சுகளும், மான் குட்டிகளும், முயல் குஞ்சுகளும் நனைந்தன. அவளது விரல் முனைகளில் சர்ப்பக் குட்டிகள் கூட தொங்கியவாறே பால் அருந்தின. அந்தளவு பால் வழிந்தும் அதில் ஒரு துளியைக் கூட தரை உறிஞ்சிக் கொள்ளவோ, நதி தன்னில் கரைக்கவோ, வீணாகவோ இல்லை. தனது கடைசிச் சொட்டு வரை அந்தப் பால் எதனுடையதாவது பசியைப் போக்கியது.

நான் கண்ட அந்தக் காட்சியை என்னாலேயே நம்ப முடியாமல் இருந்தது. எனது கண்களிலிருந்து கண்ணீர் வழிந்தது. கடைசியில் அவள் எழுந்து நின்றாள். எழுந்து நின்று தனது சால்வையை எடுத்துப் போர்த்திக் கொண்டதும் அந்தக் குட்டி விலங்குகள் அவளுடலில் ஆங்காங்கே தொற்றிக் கொண்டன. நான் ஒளிந்திருந்த புதரின் அருகாமையில்தான் நீர்வர்ண ஓவியம் ஒன்றுக்கு உயிர் வந்தது போல அவள் நடந்து போனாள். யாருக்கும் சொந்தமாகியிருக்கவில்லை அவள். என்றாலும் மொத்தக் காடும் அவளைத் தமக்கு உரித்தாக்கிக் கொண்டு அவளைப் பூஜித்துக் கொண்டிருந்தது. அவளை நேசித்துக் கொண்டிருந்தது.

இந்தக் காட்டுக்குள் நதியொன்று எனது அருகிலேயே பாய்ந்தோடிய போதிலும், நானோ ஒரு துளி நீரைக் கூட பருகாமல் நலிந்து போயிருந்தேன். விருட்சங்களில் பூக்களும், கனிகளும் நிறைந்திருந்த போதிலும் நான் எந்த உணவையும் உட்கொள்ளாமல் பட்டினி கிடந்தேன். என்னுள்ளே ஒரு வித துவேஷத்தையும், வன்மத்தையும்தான்

நான் முழுமையாக உணர்ந்தேன். ஆகவே நான் அந்தப் புதரினுள்ளேயே மறைந்திருக்கத் தீர்மானித்தேன்.

அவள் மீண்டும் இந்த இடத்துக்கு வரும் வரைக்கும் நான் எதையும் சாப்பிடவோ, அருந்தவோ மாட்டேன். பட்டினியில் எனது உயிர் போனால் போகட்டும்! அவளில் படர்ந்து எனது பசியைத் தீர்த்துக் கொள்ளும் வரைக்கும் எனக்கு தண்ணீர் கூடத் தேவையில்லை. மொத்தக் காடும் அவளிடம் தனது பசியை ஆற்றிக் கொள்கிறதென்றால் ஏன் என்னால் முடியாது?! அவள் வேறு எவருக்கும் சொந்தமாகும் முன்பு என்னுடையவளாக இருந்தவள். இப்போதோ அந்நிய விலங்குகளெல்லாம் அவளது உடலை சொந்தங்கொண்டாடிக் கொண்டிருக்கின்றன.

பசியும், தாகமும், கடந்த கால ஞாபகங்களும் என்னைக் குழப்பின. விலங்குகள் அவளது உடலில் படர்ந்து படர்ந்து அவளை உறிஞ்சிய விதம் ஞாபகம் வரும்போதெல்லாம் ஒரு விசித்திரமான காமத்தால் எனதுள்ளமும், உடலும் பற்றியெரிந்தன. அப் பெருந்தீயில் மூழ்கி, ஒரு புதரினுள்ளே சாம்பலாகிப் போக நான் எனது மனதைத் தயார்படுத்திக் கொண்டேன். எப்படியும் சாகத்தானே வேண்டியிருந்தது எனக்கு?!

சுய நினைவற்று, உறக்கத்துக்கும் விழிப்புக்குமிடையே, ஆசைக்கும் நிராசைக்குமிடையே, வாழ்க்கைக்கும் மரணத்துக்குமிடையே எவ்வளவு நேரம்தான் அவ்வாறு கடந்திருக்குமோ நானறியேன். எனது கண்களில் பனித்துளிகள் வீழ்ந்து நான் கண் விழித்துப் பார்க்கையில் நதி பேசுவது போல கேட்டது. சரியான நேரத்தில் இயற்கை என்னை எழுப்பி விட்டிருந்தது.

அந்தக் கன்னி ஒரு பளிங்குச் சிலை போல தண்ணீரிலிருந்து வெளியே வந்தாள். தனது தலையை இரண்டு மூன்று தடவைகள் அசைத்து நீண்ட கூந்தலை உதறி அதன்

ஈரத்தை அகற்றிக் கொண்டிருந்தாள். அந்த நீர்த் துளிகள்தான் எனது முகத்தில் தெறித்திருந்தன. தொடர்ந்து அவள் ஓய்வெடுப்பதற்காக தரையில் சாய்ந்து படுத்துக் கொண்டதுமே நான் போய் அவளை நேருக்கு நேர் பார்த்தவாறே அவளது முகத்தை நோக்கிக் குனிந்தேன்.

முகத்தை மாத்திரமல்லாமல் அவளது தேகம் முழுவதும் மொத்தமாகப் படர்ந்தேன். நான் மோகத்தோடு அவளைப் புணர்ந்தேன். எத்தனை தடவைகள் என்ற கணக்கேயிருக்கவில்லை. நானோ சாகத் துணிந்தவன். எனக்கு உடலில் பலமிருக்கவில்லை. என்றாலும் எங்கிருந்தோ ஏதோவொரு சக்தி என்னுள்ளே எழுந்தது. நான் விடாமல் இயங்கிக் கொண்டிருந்தபோது கூட அவள் எந்த ஓசையையும் எழுப்பவேயில்லை. கண்களை மூடிக் கொண்டே சாகசமாக எனது உரிமையை நிலை நாட்டியதைத்தான் அவ்வேளையில் நான் செய்தேன். அவளது வதனத்தில் எவ்வாறான உணர்ச்சி இருந்தது, எனது மனதில் என்ன இருந்தது போன்ற எதையும் நான் அறியேன்.

கடைசியில் களைத்துப் போய் மூச்சிறைத்தவாறு நான் கண் திறந்து பார்த்தபோதுதான் அவளது பூரித்த மார்புகள் என்னைப் பார்த்து சிரிப்பதைக் கண்டேன். அந்த நிறைகுடங்களிலிருந்து நாக்கை மாத்திரம் நனைத்துக் கொள்வதைத்தானே நான் முதலில் செய்யத் தீர்மானித்திருந்தேன் என்பது அப்போதுதான் எனக்கு ஞாபகம் வந்தது. ஆனால் நடந்திருந்ததோ வேறொன்று!

நானோ ஒரு பெரும் சுயநலவாதி. காட்டுமிராண்டி. அபராதி. மன நோயாளி. முழுப் பைத்தியம் என்றுதான் எனக்குத் தோன்றியது. உடனே அந்தச் சிறிய முலைகளில் எனது ஈருதடுகளையும் பதித்ததுதான் தாமதம், பாலானது ஊற்றென பொங்கி வழியத் தொடங்கியது. உலகின் மிகச் சிறந்த உணவும் கசந்து போயிருந்த எனது நாவின்

சுவையரும்புகள் மீண்டும் புத்துணர்வு பெற்றதால், எனது தேகத்தின் சுவை நரம்புகள் அனைத்தும் பூரித்துப் போயின. அவ்வேளையில் அவளது மென்மையான விரல்முனைகள் எனது தலைமயிரினூடு ஊடுருவி என்னைப் பாலால் நீராட்டின. தொடர்ந்து அந்தப் பாலாறு நிற்காமல் என் மீது பிரவகித்துப் பாய்ந்தது.

மூச்சு முட்டும் வரைக்கும் பாலருந்திய குழந்தையொன்று மயங்கிப் போய் தனது தாயின் நெஞ்சின் மீதே உறங்கி விடுவதைப் போல நான் அவளைக் கட்டியணைத்துக் கொண்டு உறங்கிப் போனது மாத்திரமே நினைவிருந்தது எனக்கு. மீண்டும் கண்விழித்துப் பார்க்கையில் உச்சி வெயில் கொளுத்தும் மதிய நேரம் ஆகியிருந்தது. அவள் இருக்கவில்லை. கனிகளையும், இலைச் சுருள் பானங்களையும் எனதருகே வைத்துவிட்டுப் போயிருந்தாள்.

என்ன மாதிரியான பெண்ணிவள்?! நான் அவளுக்கு என்னென்ன செய்தேன்?! ஆனால் அவளோ எனக்கு என்ன செய்திருக்கிறாள்?! அவள் இப்போது என்னைக் குறித்து என்ன நினைத்துக் கொண்டிருப்பாள்?!

பாற்கடலில் குதித்து, பாலூற்று முழுமையாக வற்றும் அளவுக்கு உறிஞ்சிக் குடித்தும், பாலில் நீராடியும் எனது உடலும், உள்ளமும் உயிர் பெற்றிருந்தன. உடலைப் போலவே எனது உள்ளமும் ஆறுதல் அடைந்திருந்த அந்த வேளையில்தான் நான் சுயநினைவுக்கு மீண்டிருந்தேன். என்றாலும் குற்றவுணர்ச்சி தொடங்கியிருந்தது.

சாதாரண பெண்ணொருத்திக்கு நான் இதையே செய்து அவளைக் கொல்லாமல் விட்டிருந்தால் அவள் எனது மொத்தப் பற்களையும் தூள் தூளாக்கி, கண்களைத் தோண்டியெடுத்து, எனது ஆணுறுப்பைக் கடித்துத் துண்டாக்கியிருப்பாளே?! ஆனால் இவளோ ஓர் ஓநாய்க் குட்டியைக் கூட எனக்கெதிராக உசுப்பி விடவில்லை.

நான் அத்தனை சித்திரவதைகளைச் செய்த பிறகும் எனது தலையைக் கோதி விட்டாள்.

இன்னும் கொஞ்சம் ஆழமாக யோசித்துப் பார்த்தால் அவள் ஒரு வன ரட்சகி. தாய் தேவதை. அவளது மார்க்கம் அனைத்தின் மீதும் அன்பு காட்டும் தயாள குணம். அவள் எல்லா விலங்குகளுடனும் எப்படி நடந்து கொள்கிறாளோ அவ்வாறேதான் என்னுடனும் நடந்து கொண்டிருக்கிறாள். நான் யாரென்று அவளுக்குத் தெரியாமல் இருக்கும். கடந்த காலத்தைக் குறித்து அவளுக்கு எந்த ஞாபகமும் இல்லாமலிருக்கும். நானோ ஓர் ஆண்மகன். லௌகீகவாதிகள் ஒரு பெண்ணுக்குச் செய்யும் அதியுச்ச குரூரம் இதுதான் என்பதுவே அவளுக்குத் தெரியாதோ என்னவோ! அவள் இப்போதும் இந்தளவு அப்பாவியா?!

ஆயிரக்கணக்கான பெண்கள் நிறைந்திருந்த எனது கடந்த கால காதல் வரலாற்றில் எனது அந்தப்புரத்தின் சயன அறை அருகே அவள் தானாக நடந்து வந்தவள். அவ்வாறு வந்தும் மீண்டும் தனது இளஞ்சிவப்பு நிற அறைக்கு, எந்த ஆபத்தும் நேராமல் பத்திரமாக திரும்பிச் சென்ற ஒரே சிறுமி அவள்தான். அன்று அது ஏதோ எனது நற்குணத்தினால், நான் ஏதோ பாவம் பார்த்து அவளைத் திருப்பி அனுப்பி விட்டதல்ல. அந்தச் சிறுவயதிலும் கூட அவளிடமிருந்த ஒரு தெய்வீகமான சுபாவம்தான் அதற்குக் காரணம். தனது அருகில் வரும் எவரையும் தனது சுபாவத்திற்கு மாற்றி விடும் தன்மை அவளிடம் அந்நாட்களிலும் இருந்தது.

நானோ ஒருபோதும் அடுத்தவர்கள் கூறுவதைக் கேட்டு நடந்தவனில்லை. எனக்குத் தேவையானவற்றைத்தான் நான் செய்தேன். எனக்குத் தேவையான விதத்தில்தான் நான் இருந்தேன். என்றாலும், நான் அவ்வாறு இருந்த போதிலும், அந்தச் சிறுமியின் காரணமாக அன்று கணப்பொழுதேனும்

எனது தலை குழம்பிப் போயிருந்தது. சரியாகச் சொன்னால் அவளிடமிருந்த அப்பாவித்தனத்துக்கு ஏற்ப நான் மாற வேண்டும் என்பதாக உணர்ந்தேன்.

அவ்வாறு தலை குழம்பிப் போனதுதான் நேற்றிரவும் நடந்தது. என்றாலும் கடைசியில் நான் தீர்மானித்திருந்தது போல அல்லாமல் ஏதோ காமப் பித்து பிடித்தவன் போலத்தானே நான் நடந்து கொண்டேன்?! விடாமல் அந்தக் கன்னி மாதாவை நான் வன்புணர்வு செய்தேன். ஒருபோதும் அவளால் செய்து கொள்ள முடியாத ஒரு விடயத்தை, யாரும் அவளிடம் செய்யத் துணியாத விடயத்தை நான் அவளுக்குச் செய்தேன். ஒரு விந்தையான காமத்தோடும், மன உளைச்சலோடும், பொறுமையிழந்தும், அபரிமிதமான வேதனையோடும் நான் அவளுக்கு அந்தக் கொடூரத்தை இழைத்தேன்.

எந்த விதமான மிருகத்தனம் நிரம்பிய ஒரு விலங்கு கூட அவளிடம் இந்தளவு குரூரமாகவோ, சாகசமாகவோ நடந்து கொண்டிருக்காது. உடனடியாக நான் அவளிடம் மன்னிப்பைக் கோர வேண்டும். என்றாலும் இதற்காக மன்னிப்புக் கோரும் தகுதி கூட எனக்கு இருக்கிறதா என்ன?! ஆகவே நான் மீண்டும் புதருக்குள்ளேயே மறைந்திருக்கத் தீர்மானித்தேன்.

***

விலங்குகள் அந்தக் காரியத்தைச் செய்வதை நான் அடிக்கடி கண்டிருக்கிறேன். மனிதர்கள் அதை இனப்பெருக்கம் என்பார்கள். என்றாலும் அவன் என்ன செய்தான்?! அவன் செய்ததை முடிவேயற்ற பரிபோகம் என்றுதான் சொல்வேன். அதை வேறு எவ்வாறு சொல்வதென்று நானறியேன்.

உலகிலுள்ள அத்தனை ஆண்களும், பெண்களும் அதை இப்படியேதான் செய்கிறார்கள் என்று உறுதியாகச்

சொல்லக் கூட எனக்குத் தெரியாது. காரணம் நான் இதற்கு முன்பு ஒருபோதும் அவ்வாறானதொரு காரியத்தில் ஈடுபட்டதேயில்லை. அதையெல்லாம் செய்து பார்க்க நான் ஆசைப்பட்ட காலமொன்றும் இருந்ததுதான். ஆனால் இப்பொழுதோ, நான் அந்தக் காலத்தில் எதற்கெல்லாம் ஆசைப்பட்டுக் கொண்டிருந்தேன் என்பதே எனக்கு சரியாக ஞாபகமில்லை.

நான் இப்போது இருப்பது ஒரு கிராமத்திலோ அல்லது நகரத்திலோ அல்ல என்பதனாலேயே இப்போது எனக்குக் கிடைத்திருக்கும் இந்த ஜீவிதம் எனக்குப் பிடித்திருக்கிறது. இங்கு யாரும், எதுவும் எனது மனதை நோகடிப்பதில்லை. நான் இப்போது ஒரு வன ரட்சகி. இங்குள்ள அனைத்துமே என்னை வணங்குகின்றன. அவை வணங்குகின்றனவோ இல்லையோ நான் அவற்றின் சிறுவயதிலிருந்து அவற்றைப் பார்த்துப் பார்த்துப் பராமரிக்கிறேன். அதில் எனக்கு எந்தக் கஷ்டமுமில்லை; களைப்புமில்லை. நான் இந்த இயற்கையின் ஒரு பாகம். எனக்கு விரும்பிய நேரத்தில், விரும்பிய ஒன்றாக மாறவும் என்னால் முடியும். அதைத் தாண்டி நான் புதிதாக வேறெதையும் இந்த ஜீவிதத்தில் எதிர்பார்ப்பதில்லை. காலையில் தவறாமல் சூரியன் உதிப்பது, உரிய காலத்தில் மழை பொழிவது, நதி வற்றாமல் ஓடுவது இவையல்லாமல் வேறு எதிர்பார்ப்புகள் எனக்கேது?!

என்றாலும் எனக்கு இப்போது ஒரு பிரச்சினை தோன்றியிருக்கிறது. எனது கடந்த காலத்திலிருந்து வந்துள்ள மனிதன்தான் அந்தப் பிரச்சினை. அவன் எங்கிருந்து சரியாக இந்தக் காட்டின் நடுவில் விழுந்து தொலைத்தானோ தெரியாது. இந்தக் காட்டுக்கு நான் வர நேர்ந்தது கூட அவனால்தானே என்று சட்டென்று எனதுள்ளத்தில் ஓர் எண்ணம் மின்னல் ரேகை போலப் பிரகாசித்து மறைந்தது.

'வேதனை என்பது அந்த மனிதன் திடீரென எங்கிருந்தோ தோன்றி எனது தேகத்துக்கு அளித்த வலி மாத்திரமல்ல, இல்லையா?' என்ற உள்ளம் பின்னோக்கி திரும்பிப் பார்த்தது. அந்தக் காலத்தில் மனம் உணர்ந்த வேதனையானது அது வைக்கப்படும் துலாத்தட்டு பூமியோடு ஒட்டிக் கொள்ளும் அளவுக்கு கனம் மிகுந்ததாக இருந்தது. அந்த வேதனையோடு ஒப்பிட்டுப் பார்க்கையில் நேற்றிரவு அவனால் உணர்ந்த வலியானது ஒரு மின்மினிப் பூச்சி கடிக்கும்போதுள்ள ஒரு கிள்ளல் வலியைக் கூட தரவில்லை எனலாம்.

கடந்த காலத்திலிருந்த அந்தப் பழையதும், மிகக் குரூரமானதுமான துயரம் மீண்டும் எனது மனதை சுழற்றியடிக்கத் தொடங்கியது. அந்தக் கவலையைப் பகிர்ந்து கொள்ளக் கூட எனக்கு யாரும் இருக்கவில்லை. எனது துயரங்களைப் பகிர்ந்து கொள்ள எனக்கென இருந்த ஒரே நபரும், எனது துயரங்களை எழுதியனுப்ப எனக்கென இருந்த ஒரே நபரும் ஒரே தடவையில் எனக்குத் துரோகமிழைத்தால் அதைப் போய் நான் யாரிடம் சொல்லி ஆறுதல் தேடுவேன்?! யாருக்கு எழுதி ஆறுதல் தேடுவேன்?! அவ்வாறு அவர்கள் செய்யும் அளவுக்கு நான் என்ன தவறிழைத்தேன்?!

என்ன தவறிழைத்தேன் என்பதைக் கூட அவ்வேளையில் நான் அறிந்திருக்கவில்லை. அந்த ஆடவனைக் கண்டவுடனேயே, அவனது முதல் வசனத்தைக் கேட்டவுடனேயே நான் அவனை விரும்பத் தொடங்கியிருந்தேன். 'நான் உன்னை விரும்புகிறேன்' என்று நான் அவனிடம் வாய்விட்டுச் சொல்லவில்லை என்றாலும், எழுதியனுப்பினேன். விடாமல் எழுதியனுப்பிக் கொண்டேயிருந்தேன். காரணம், பேசத் தொடங்கும் முன்பே எழுத்துக்களை எழுதிப் பழகிய ஒருத்தி நான். கதைப்பதிலும் பார்க்க எழுதுவதுதான் எனக்கு இலகு.

அவனை விரும்பியதுதான் நான் செய்த ஒரே தவறு. நான் அதை யாரிடமும் சொல்லவில்லை. என்றாலும், 'தினந்தோறும் நீ இந்தளவு என்னதான் எழுதிக் கொண்டிருக்கிறாய்?' என்று கேட்ட எனது நெருங்கிய தோழியிடம் மாத்திரம் விடயத்தைக் கூறினேன். அவளுக்கோ அது புரியவில்லை. அதாவது நான் ஏன் எழுதிக் கொண்டிருக்கிறேன் என்பது! எனக்கும் கூட அது விளங்கவில்லை. அப்போது நாங்கள் இருவருமே சிறுமிகள்தானே?!

சிறுமிகள் என்றால் அப்போது நாங்கள் பருவமடையப் போகும் வயதிலிருந்தோம். எந்தத் தவறையும் அறியாமலே செய்து விடக் கூடிய பருவம் அது. நான் வருடக் கணக்கில் எழுதிக் கொண்டிருந்தேன். நாங்களோ பூப்பெய்தியிருக்கவுமில்லை. நானறிந்திருந்த சிறுமிகள் எல்லோருமே இரண்டு, மூன்று காதலர்களை மாற்றி மாற்றிக் காதலித்துக் கொண்டிருக்கையில் நான் மட்டும் அப்போதும் சிறுபிள்ளைத்தனமாக அவனுக்கு கடிதங்களை மாத்திரம் எழுதிக் கொண்டிருந்தேன். குறைந்தபட்சம் எனக்கு அந்தக் கடிதங்களுக்கு ஒரு பதில் கூட கிடைக்கவேயில்லை.

சில சமயங்களில் நான் அவன் ஏதாவது கதைப்பான் என்று அவனருகிலேயே போய் அமர்ந்திருப்பேன். அவனோ என்னுடன் கதைக்கவேயில்லை. என்னைத் துரத்தவுமில்லை. அவன் என்னைத் துரத்தாததே என்னை சந்தோஷப்படுத்திற்று. அவன் தூக்கிப் போடும் குப்பைகளைக் கூட தேடித் தேடி பொறுக்கினேன். அவற்றை எடுத்துக் கொண்டு வந்து எனது பட்டாம்பூச்சிப் பெட்டியிலிட்டேன். நாட்குறிப்பேட்டில் ஒட்டி வைத்தேன்.

இதனிடையே சின்னப் பெண் என்று நான் கருதியிருந்த எனது தோழி என்னிடமே தெரிவிக்காமல் ஒரு பெரிய காரியத்தைச் செய்திருந்தாள். அவள் அதைச் செய்வதற்கு

வன ரட்சகியும், லௌகீகவாதியும் | 75

முதல் என்னிடம் வந்து தனது வேறொரு மனக் கவலையைப் பகிர்ந்த வேளையில் என்ன செய்வதென்றே எனக்குத் தெரியவில்லை. ஆண்களுடனான உடல் ரீதியான தொடர்பைக் குறித்து அந்த வயதில்தான் எனக்கு எதுவும் தெரியாதே! ஆகவே எனக்குத் தெரிந்த ஒரே பெரியவனும், ஆலோசனை தெரிவிக்க முடியுமான ஒருவனுமான, அவனிடம் போய் 'எனது தோழி புலம்புவது எதுவும் எனக்குப் புரியவில்லை, அவளுக்கு உதவுங்கள்' என்றேன். அவர்கள் இருவரையும் ஒருவருக்கொருவர் அறிமுகப்படுத்தி விட்டு அன்று சந்தோஷமாக வீடு திரும்பினேன். அவன் எனது தோழிக்கு நல்லதொரு தீர்வை அளித்திருப்பான் என்றுதான் அவ்வேளையில் எனக்குத் தோன்றியது.

ஆனால், கடிதமே வராத எனக்கு மறுதினம் ஒரு கடிதம் வந்தது. அதுவும் எனது தோழியிடமிருந்து! தனது காதலனின் மோகம் மிகுந்து அவளும், அவளது காதலனும் ஒரு நாள் சங்கமித்தது போலவே, அவள் எனது காதலனுடனும் அந்தக் காரியத்தைச் செய்து விட்டிருந்தாள். செய்து விட்டு கடிதத்தில் அழுது வடிந்தாள்.

அவர்கள் இருவரும் சேர்ந்து இரண்டு கத்திகளால் என்னைக் குத்தியிருந்தார்கள். அவளோ பின்னாலிருந்து எனது முதுகில் குத்தியிருந்தாள். அவனோ முன்னாலிருந்து எனது நெஞ்சில் குத்தியிருந்தான். அந்தக் கத்திகள் இரண்டாலும் கீற்றுக் கீற்றுகளாகியது எனதுள்ளம். ஒரு தோழியால் முடியுமா இந்தளவு துரோகமிழைக்க?! ஒரு காதலனால் முடியுமா இந்தளவு மோசமாக நடந்து கொள்ள?!

எனது கண்களில் கண்ணீர் வரவேயில்லை. எனது தலையில் ஒரேயொரு கேள்வியே எழுந்தது. அதை ஒரு பெரிய வெண்ணிறத் தாளில் எழுதி எடுத்துக் கொண்டு

அவனது வீட்டுக்கே போய் அந்தக் காகிதத்தைச் சுருட்டி அவனது முகத்திலடித்தேன், நான் அவனது வீட்டுக்கே வந்து அவனது முகத்தை ஏறெடுத்துப் பார்ப்பேன் என்று அவன் எதிர்பார்த்திருந்திருக்கவே மாட்டான். கண்ணீரின் தடமேயில்லாத எனது கண்களைக் கண்டுதான் அவன் பயந்துபோனான். அவன் அழுதான். 'நான்தானே அழ வேண்டும். இந்தக் கழுதை எதற்காக அழுகிறது?' என்றுதான் அவ்வேளையில் எனக்குத் தோன்றியது.

"ஊர் உலகத்தில் இருக்கும் அத்தனை பெட்டை நாய்களை நீ புணர்ந்து விட்டு வந்தாலும் எனது காதல் கரையான் அரித்து மரித்துப் போகாது கழுதையே! வேறு எந்த பைத்தியக்காரத்தனத்தையும் செய்யாமல் எனது கழுத்தை நெரித்து இங்கேயே என்னைக் கொன்று விடு. இப்பொழுதே!"

இப்போது பேய் பிடித்தவள் போல தனக்கு முன்னால் நின்று கத்திக் கொண்டிருப்பவள் தான் அறிந்த அந்தச் சின்னஞ் சிறுமி அல்ல என்பது அவனுக்குப் புரிந்திருக்கும். ஆகவே நான் வேறு எதுவும் கூறும் முன்பே அவன் வந்து என்னைக் கீழே தள்ளி, என் மேல் படர்ந்து என்னை முத்தமிட்டான், முத்தமிட்டான்; முத்தமிட்டான். முத்தமிட்டுக் கொண்டேயிருந்தான். தொடர்ந்து சம்போகிக்க ஒரேயொரு சிறிய காரியத்தை அவன் செய்வதே பாக்கியிருந்தது. என்றாலும் அவனோ திடீரென பயந்து போய் என்னை விட்டு விலகினான். அவனது வலது கரத்தில் இரத்தம் படிந்திருந்தது. நான் பூப்படைந்திருந்தேன். அவ்வேளையில் நான் கதறிய கதறலில்தான் பருவமடைந்திருந்தேன். உடனே அவன் இரத்தம் படிந்திருந்த அதே கையால் எனது கையைப் பிடித்து எழுப்பி விட்டு 'இப்போதே வீட்டுக்குப் போ' என்றான். அவன் ஒரு போதும் அணிந்திருக்காத

தங்க மோதிரமொன்றை தனது மோதிர விரலில் அணிந்திருப்பதை அப்போதுதான் நான் கண்டேன்.

அன்று தொட்டு எனது வாழ்க்கை ஒரு சாமானிய வாழ்க்கையாக இருக்கவில்லை. நான் எனது கவலைகளையெல்லாம் உள்ளே அடக்கிக் கொண்டேன். கண்ணீரைச் சிறைப்படுத்தினேன். எனக்கு மனிதர்களையே பிடிக்காமல் போனது. ஆண்களும் பெண்களும் என இருபாலாருமே கசந்து போயினர் எனக்கு! மனக் கவலைகளை எழுத எனக்கு தாள்கள் இல்லாமல் போயின. யோசிக்க இதயம் இல்லாமல் போனது. கடைசியில் எனது விரல்களும் கூட மரத்துப் போயிருந்தன.

ஆகவே, எல்லா அந்தி வேளைகளிலும் ஊரில் ஓடிக் கொண்டிருக்கும் ஓடைக்கு அப்பாலிருந்த வனத்தை இரவாகும் வரை பார்த்திருக்கப் பழகினேன். எனது கண்கள் இருளுக்குப் பழகிப் போயின. ஒருநாள் ஓடைக்கு அப்பாலிருந்த கற்பாறை மீது இருவர் முயங்கிக் கொண்டிருப்பது எனக்குத் தென்பட்டது. மெல்லிய முனகல் ஒலி கூடக் கேட்டது. நான் ஓடையைக் கடந்து வனம் இருக்கும் பக்கமாகப் போனேன். இருளுக்குப் பழகிய கண்கள் என்பதால் எனக்கு அனைத்துமே தெளிவாகத் தென்பட்டது. அந்தக் காதல் கூத்து முடியும்வரைக்கும் நான் அதைப் பார்த்துக் கொண்டேயிருந்தேன்.

ஆமாம். அது இப்போதும் எனக்கு தெளிவாக நினைவிருக்கிறது. காரணம் அன்றுதான் எனது கண்ணீர் மடை திறந்து வெள்ளமெனப் பாய்ந்தது. எனது காதலன், எனது உயிர்த் தோழியுடனும் இப்படித்தானே முயங்கியிருப்பான் என்று கற்பனை பண்ணிப் பார்த்தேன். வாழ்க்கையைக் குறித்து எனக்கு என்னதான் தெரியும், நான் ஒரு படுமுட்டாள் என்பது அப்போதுதான் எனக்குப் புரிந்தது.

அவனால் என்னிடம் காண்பிக்க முடியாத காதலை ஊர் மேய்ந்து திரியும் பெட்டை நாயொருத்தியிடம் காண்பிக்கும் அளவுக்கு என்ன குறையை என்னிடம் கண்டான் என்று யோசித்தவாறே எனது தலையை அங்கிருந்த கற்பாறையொன்றின் மீது மோதினேன். பின்னர் அங்கிருந்த பெரிய மர பொந்து ஒன்றினுள் முகத்தை முழுவதுமாக புதைத்துக் கதறினேன். சாபமிட்டேன். அந்த இரவில் அந்த மர பொந்துக்குள் சுருண்டிருந்த விலங்குகளும், சர்ப்பங்களும், மின்மினிப் பூச்சிகளும், தேள்களும் என அனைத்துமே எனது முகத்தையும், கைகளையும் தீண்டின. அவை எனது கதறல் கேட்டு மிரண்டு போயிருக்கக் கூடும். என்றாலும் நான் வலியை உணரவேயில்லை. அந்த விஷத்தால் எனது விஷம் அழியவுமில்லை. நான் அழியவுமில்லை. அன்றுதான் என்னையே நான் வெறுக்கத் தொடங்கினேன்.

அன்றிரவு எனது வாழ்க்கை மீண்டும் திசை திரும்பியது. ஓடை நதியாகி, நதியருகே சமதரைப் புல்வெளியொன்று தென்படும்வரைக்கும் நான் அந்தக் காட்டு வழியே விடிகாலை வரை நடந்து கொண்டேயிருந்தேன். எனது விரல்களில் விஷம் நிறைந்து நகங்கள், விரல் மூட்டுகள் என அனைத்துமே நீலம் பாரித்திருந்தன. எனது முகமும் கூட அப்படித்தான் இருந்திருக்கும். என்றாலும் நான் எனது முகத்தைக் குறித்து கவலைப்படவேயில்லை. ஆண்களை ஆட்டுவிக்கத்தானே பெண்களுக்கு அழகான முகம் தேவை?! எனக்கோ அவர்களை ஆட்டுவிக்க ஒரு விரலசைவே போதும் என்று தோன்றியது. எனது விரல்களில் அப்போது விஷம்தான் நிறைந்திருந்தது. அதுவும் சாதாரண விலங்கு விஷம் மாத்திரமல்லவே?! அத்தோடு அப்போது இருந்தவள் முன்பிருந்த சாதாரண சின்னஞ் சிறுமி அல்லவே?!

ஆண்கள் மண்டியிட்டு வணங்கியவாறு, அழுது மன்றாடி, எனது பாதங்களைக் கழுவி பூஜை செய்து தமது பிரார்த்தனைகளை நிறைவேற்றித் தருமாறு வந்து கெஞ்சும் ஒரு சிலையாக ஆகித்தான் நான் இதை ஒரு முடிவுக்குக் கொண்டு வருவேன் என்று நான் அன்றுதான் தீர்மானித்தேன். அவ்வாறெனில் பெண்கள்...? கொஞ்சம் கூட மனசாட்சியோ, மூளையோ இல்லாத பெரும்பாலான பெண்களுக்கு இன்னொரு பெண்ணைப் பார்த்துப் பொறாமைப்பட்டுப் பட்டு நெஞ்சு வெடித்துச் சாவதே தேவையாக இருக்கிறது. ஆகவே அவ்வாறான பெண்கள் வந்து தமது கணவன்மார், மகன்கள், அண்ணன்கள், தம்பிகள் என எல்லோருமே காலில் விழும் இந்தச் சிலையை பொறாமையோடு ஒப்பிட்டுப் பார்க்கையில், தம்மிடம் என்ன குறையிருக்கிறது என்று யோசித்து யோசித்தே, தமது பெண்மையைக் குறித்தே வெட்கப்படும் அளவுக்கு அவர்களை ஆளாக்குவேன். பின்னர் அவர்கள் இருபாலாருக்கும் மேலால் ஒரு பெண் கடவுள் போல ஆகித்தான் நான் ஓய்வேன் என்று அன்றுதான் தீர்மானித்தேன்.

அவ்வேளையில் எனது அந்தத் தீர்மானத்தின் ஆவேசத்தை உணர்ந்தது போல அருகிலிருந்த நாக மரத்தின் கிளையொன்றிலிருந்த நாகம் படமெடுத்து ஆடியது. நான் அதையும் இழுத்தெடுத்து இரண்டாக மடித்து நதியிலெறிந்தேன்.

நான் தீர்மானித்தது போலவே அன்றிலிருந்து நதிக்குக் குளிக்க வந்த ஆண்களை எனது அந்த விஷம் நிறைந்த விரல்களால் தீண்டி மயக்கினேன். அவர்களை வசியம் செய்து மலையுச்சிகளுக்கும், கற்குகைகளுக்கும், மர உச்சிகளுக்கும் தியானிக்க அனுப்பி வைத்தேன். சில பெண்களோ நதிக்கரையோரமாக இருக்கும் இந்த மோகினியைத் துரத்தியடிக்க பற்பல பூஜைகளையும் கூட

செய்தார்கள். கடைசியில் அந்தப் பேயோட்டிகளையும், பூசாரிகளையும் மலையுச்சிக்கு அனுப்புவதாகக் காட்டி அதற்கு முன்பே நான் அவர்களை கீழே தள்ளி விட்டேன். ஆகவே ஊராராலும் என்னை அடக்க முடியாதிருந்தது.

இவ்வாறு சில தினங்கள் கழிந்த பிறகுதான் மர உச்சிகளிலிருந்தும், மலையுச்சிகளிலிருந்தும் விழுந்து அங்கவீனமாகிப் போன ஆண்களில் சிலர் அழுதுகொண்டே என்னைத் தேடி வந்தார்கள். என்னைப் போன்ற பவித்திரமான பெண்ணிடம் தவறான முறையில் நடந்து கொள்ள நினைத்தமைக்காக அவர்கள் மலர் பூஜை செய்து என்னிடம் மன்னிப்புக் கோரி மன்றாடினார்கள். மீண்டும் அவ்வாறான எந்தத் தவறையும் எந்தப் பெண்ணுக்கும் இழைப்பதேயில்லை என்று அவர்கள் வாக்குறுதி அளிப்பதாகச் சொன்னார்கள். அதனால் அவர்களை ஆசிர்வதித்து மீண்டும் ஊருக்கு அனுப்பி வைக்குமாறு அவர்கள் என்னிடம் அனுமதி வேண்டி நின்றார்கள்.

அதன் பிறகு வந்த பூரண சந்திரன் பாலொளி வீசும் எல்லா இரவுகளிலும் ஊரிலிருந்த பெண்கள் எனக்கு வெண்ணிறத் துணிகளைப் படைத்து பூஜை செய்தார்கள். சில நாட்கள் நான் அங்கு தொடர்ச்சியாக நடந்தேறும் இந்தக் கூத்துகளைப் பார்த்து ரசித்தவாறே மிகுந்த மகிழ்ச்சியோடு இருந்தேன். போகப் போக அந்தப் பெண்கள் ஒன்று கூடி தேவைக்கும், தேவை இல்லாததற்கும் என அனைத்துக்குமே என்னைத் தேடிக் கொண்டு தமது கவலைகளைப் புலம்பியவாறு வரத் தொடங்கினார்கள்.

அவர்கள் அவ்வாறு வரும்போது எனக்கு எனது துயரங்கள் மறந்து போய் அடுத்தவரின் துயரங்களை நான் எடுத்துக் கொள்ளப் பழகினேன். அவ்வாறு அடுத்தவர்களின் துயரங்களை உறிஞ்சியுறிஞ்சி எனது விஷம் முழுமையாக என்னிடமிருந்து அற்றுப் போனது. நீலம்பாரித்துப் போயிருந்த எனது சரீரம் தூய்மையாகி

கொஞ்சம் கொஞ்சமாக பொன் நிறமாக மாறியது. நான் இரண்டாக மடித்து நதியிலெறிந்த நாகம் மீண்டும் ஒரு வலிய நாகராஜனாக மாறி வந்து ஒரு பெரிய ஆல மரத்தினருகே எனக்காகக் காவல் இருக்கத் தொடங்கியது.

அதன் பிறகுதான் அப் பெரும் ஆல விருட்சத்தினருகே யிருக்கும் தெய்வீகம் பொருந்திய தேவதையின் சௌந்தர்யம் குறித்த தகவல் கிராமங்களுக்கு மேலால் பரவிச் சென்று நகரங்களிலும் பரவியதால் நகரத்திலிருந்தும் என்னைத் தேடிக் கொண்டு ஆட்கள் வரத் தொடங்கினார்கள். வந்தவர்களில் சிலரோ இலக்கியவாதிகள்; சிலரோ ஓவியர்கள்; சிலரோ பாடகர்கள்.

அவ்வாறு வந்த வாலிபர்கள், சிறுவர்கள், முதியவர்கள் என எல்லா வயதினரும் பேசுவதே தொந்தரவு என்று எனக்குத் தோன்றும் அளவுக்கு என்னைக் கேள்வி கேட்டு நச்சரித்தார்கள். நான் பேசாமல் இருக்கும்போதும் அவர்கள் எல்லோரும் ஏதோ என்னிடம் வசியமானது போல நடந்து கொண்டார்கள். சிலர் எழுதியவற்றை வாசிக்கையில், சிலர் வரைந்தவற்றைக் காண்கையில் நானும் அவற்றின் மீது ஈர்க்கப்பட்ட சந்தர்ப்பங்களும் இருந்தனதான். என்றாலும் எனக்கு அதுவொரு தொந்தரவாக இருந்தது. அவ்வேளையில் எனது விரல் முனையிலோ, ஓர விழிப் பார்வையிலோ ஒரு துளி விஷம் கூட இல்லாமலிருந்ததால் அவர்களைத் தீண்டக் கூட முடியாமல் கையாலாகாத நிலைமைக்கு நான் தள்ளப்பட்டுள்ளது போல உணர்ந்தேன்.

ஆகவே எனது ஜீவிதம் மீண்டும் மாறியது. சோர்ந்து போய் அழுது புலம்பி சாபமிட்டவாறே எனது தலையை மோதிக் கொண்ட கற்பாறையைத் தேடிக் கொண்டு நான் மீண்டும் போனேன். அடைமழைகளுக்கும் கரைந்து போகாமல் எனது குருதியின் கறை அந்தப் பாறையில் அப்படியே இருந்தது. மர பொந்தோ செல்லரித்துப்

போயிருந்தது. என்றாலும் அதில் எனது காதை வைத்துக் கேட்டபோது எனது துயரம் அப்போதும் அதற்குள் எதிரொலித்துக் கொண்டிருப்பதைக் கேட்க முடிந்தது. அதைக் கேட்டு சட்டென்று நான் அதிர்ந்து போனேன்.

எனது அந்தத் துயரம் அப்போதும் இருந்தது. நாகம் படமெடுப்பது போல அந்த மர பொந்து எனது துயரத்தை எனக்கே படமெடுத்துக் காட்டிக் கொண்டிருந்தது. அதைக் கண்டு நான் அஞ்சி நடுங்கினேன். எதற்குமே பயப்படாத நான் எனது துயரங்களைக் கண்டு அஞ்சினேன்.

எல்லோரும் அறிந்து கொண்டதைப் போல அவனும் என்னைக் குறித்து அறிந்து கொள்வானோ?! எங்கிருந்தாவது அவன் வந்தால்?! என்னிடம் வருபவர்களிடையே நான் அவனைக் கண்டால்?! எனது தெய்வீகமான ஸ்வரூபம் காணாமல் போய் நான் சாமான்ய பெண்ணொருத்தியைப் போல அவனது தோளில் சாய்ந்து அழுதால் எனக்கு என்ன நடக்கும்?!

அந்தளவு அபாயத்தை எதிர்நோக்க நான் தயாரில்லை. அத்தோடு அடுத்தவரின் ஓவியங்களிலும், கவிதைகளிலும், காவியங்களிலும் சாய்ந்து படுத்திருப்பதல்ல எனது ஜீவிதம். எனக்கு வேறொரு வாழ்க்கை வேண்டும். வேறொரு பொறுப்பு வேண்டும். ஆகவேதான் மனிதர்களே இருக்காத இடத்தைத் தேடிச் செல்ல நான் தீர்மானித்தேன்.

ஒரு நாள் எனக்குக் கிடைத்த வெண்ணிறத் துணிகள் அனைத்தையும் எடுத்துக் கொண்டு நான் காட்டின் மையத்துக்கு வந்தேன். மனிதர்கள் என்னிடம் அவர்களுக்குப் பழக்கமான தோற்றத்தைத்தான் தேடி வருவார்கள் என்பதால் முகமூடியணியக் கற்றுக் கொண்டேன். நானொரு வன ரட்சகி ஆனேன். கன்னி மாதா ஆனேன்.

என்றாலும் அவன் வந்தான். என்னால் ஒருபோதும் அவனது முகத்தை நினைவுபடுத்திப் பார்க்கக் கூட முடியாத அளவுக்கு நெடுங்காலமாக நான் வனத்தில் வசித்துக் கொண்டிருக்கையில் அவன் வந்தான். வந்து என்னை வன்புணர்ந்தான். என்றாலும் நான் அவனை எனது மனதால் உணரவேயில்லை. எனது தேகம் வலித்ததுதான். என்றாலும் இந்த சரீர வதையைத் தாங்கிக் கொள்ள முடியாத அளவுக்கு நான் இப்போது மிகவும் மென்மையாக ஆகிவிட்டிருக்கிறேன் என்றுதான் எனக்குத் தோன்றியது. அவ்வாறே அவனை நோகடிக்கவும் இப்போது என்னால் முடியாது. அவனை இங்குள்ள ஒரு காட்டு விலங்காகக் கருதி பராமரிக்கவென்றால் என்னால் முடியும். என்றாலும் எனது தேகத்துக்கு அவனிழைக்கும் வதைகளைத் தாங்குவதற்கு நான் பழகிக் கொள்ள வேண்டியிருக்கும்.

இன்றும் அவன் நேற்று செய்த அதே காரியத்தைச் செய்வானோ தெரியாது. எனக்கு வேண்டுமென்றால் ஓர் ஓநாயை அவனை நோக்கி உசுப்பி விடலாம். என்றாலும் அவ்வாறான ஒன்றை எவ்வாறு நான் செய்வேன்?! எனக்கு இந்தக் காட்டினுள்ளே எவருக்கும் தீங்கிழைக்க உரிமையில்லை. எவரேனும் வந்து என்னைச் சித்திரவதை செய்து கொல்ல முற்பட்டால் செத்துப் போவதேயல்லாமல் உயிர் வாழ்வதற்காகப் போராட வேண்டிய அவசியம் எனக்கில்லை. அனைத்துமே எப்போதாவது ஒரு முடிவுக்கு வரத்தானே வேண்டும்?!

நான் தடுமாற்றத்தோடு நாளைக் கழித்தேன். கவிதைகள் சொன்னேன். தாலாட்டு பாடினேன். அனைத்தையும் உறக்கமாக்கினேன். நீராடினேன். தண்ணீர் அருந்தினேன். இன்றைய எனது வேலைகள் அனைத்தும் முடிந்து விட்டன என்று நினைக்கும்போதே மரத்தினருகேயிருந்த

பெரிய புதர் அசைந்தது. நாள் முழுதும் காணாமல் போயிருந்த அவன் அதனுள்ளிருந்து வெளிப்பட்டான்.

அவனது சித்திரவதை சொற்பமாகவே நிகழ வேண்டும் என்று பெருமூச்சு விட்டவாறே எனது மனதை அதற்குத் தயார்படுத்திக் கொண்டேன். என்றாலும் இன்றிருப்பவன் நேற்றிருந்தவன் இல்லையோ என்றும் கூட எனக்குத் தோன்றியது. அவன் வந்து என் மேலே அல்லாமல் எனதருகே படுத்துக் கொண்டான். எனது இடது கையைப் பற்றிப் பிடித்தான். அவன் கைப்பற்றிய விதத்தில் அவனை நோக்கித் திரும்புமாறு கூறுவது போல இருந்தது.

நான் அவனைத் திரும்பிப் பார்த்தபோது அவனது கண்கள் அழுவதற்குத் தயாராக இருந்தன. அவன் ஏதோ கூற முற்பட்ட போதிலும், வார்த்தைகள் எதுவுமே வெளிவரவில்லை. தொடர்ந்து அவன் எனது முகத்தைத் தடவிக் கொடுத்தான். அப்போதுதான் அவனது கண்ணீர் வெளியே குதித்தது. அவ்வாறென்றால் இந்த அழுகை போலியானதல்ல. உண்மையிலேயே கண்ணீர் நிறைந்திருந்திருக்கிறது. மன்னிப்புக் கோரத் தயாராகிறான் என்று எனக்குத் தோன்றியது. இருந்தாலும் அவனது வாயிலிருந்து ஒரு வார்த்தை கூட வெளிவரவில்லை. குற்றவாளிக்கு குற்றவுணர்ச்சியோடு வருந்துவதை விடவும் வேறொரு தண்டனை எப்படிக் கொடுக்க முடியும்?!

பார்வையற்றவன் ஒருவன் கைகளால் தடவித் தடவியே ஒன்றை இனங்கண்டு கொள்ள முயற்சிப்பதைப் போல அவனும் தனியாக அழுதுகொண்டே எனது உச்சந்தலை முதல் உள்ளங்கால்வரை தடவிக் கொண்டிருந்தான். கடைசியில் எனது இடது கையின் பெருவிரலைத் தனது வாயிலிட்டுக் கொண்டு ஒரு கரடிக் குட்டியைப் போல உறங்கிப் போனான்.

இனிமேல் இந்த விசித்திரமான விலங்குக்கும் பழகிக் கொள்ள எனக்கு நேர்ந்திருக்கிறது. என்றாலும் இந்த விலங்கு ஏனைய விலங்குகளைப் போன்றதல்ல. நேற்று ஒரு விதமாக நடந்து கொண்டது. இன்று ஒரு விதமாக நடந்து கொள்கிறது. நாளை வேறொரு விதமாக நடந்து கொள்ளும். நாளை மறுநாள் நடந்து கொள்வது வேறு மாதிரியாக இருக்கும். இருந்தாலும் அதற்கு என்னால் எதுவும் செய்ய முடியாது.

அவன் என்னை ஒருபோதும் இனங்கண்டு கொள்ளவேயில்லை. அவனை நான் இனங்கண்டு கொண்டதைக் காட்டிக் கொள்ளவும் அவன் இதுவரை இடமளிக்கமில்லை. நாளை இனங்கண்டு கொள்வானோ என்றும் எனக்குத் தெரியாது. அவன் அவனுக்கு சந்தோஷம் தரும் எதையாவது செய்யட்டுமே!

***

வழமை போலவே அவள் நதியிலிருந்து வெளியேறும்போது நான் அவளருகே சென்றேன். அவளால் எந்த வேடத்தையும் சூடிக் கொள்ள முடியும் என்பது எனக்குப் புரிந்தது. என்றாலும் அவள் என்னிடமிருந்து மறைந்து கொள்ளவில்லை. அவளொரு வன ரட்சகி. அவளால் என்னவெல்லாம் செய்ய முடியும், எதைச் செய்ய முடியாது என்பதை நான் அறிந்து கொள்ள வேண்டும்.

அவளால் அழகான கவிதைகளைப் பாட முடியும் என்றாலும் அவளுக்கு என்னுடன் கதைக்கத் தேவைப்படவில்லை. என்னைத் திட்டக் கூட அவள் வாயைத் திறக்கவில்லை. என்னை முறைப்பதற்காகக் கூட அவள் என்னை ஏறெடுத்தும் பார்க்கவில்லை. குறைந்த பட்சம், 'எனக்கு ஏன் அப்படிச் செய்தாய்?' என்று அவள் என்னிடம் கேட்கக் கூட இல்லை. சிலவேளை அவள் என்னை வெறுக்கிறாளோ தெரியாது.

என்றாலும், அவள்தான் என்னிடம் என்ன பேசுவாள்?! நான்தானே அவளிடம் மன்னிப்புக் கோர வேண்டும். துரதிஷ்டவசமாக என்னால் வாயைத் திறக்கவே முடியாமல் போனது. நான் அவளது சுபாவத்தைக் கண்டு அஞ்சினேன். எனது வாயாடித்தனமெல்லாம் கிராமத்துக்கும், நகரத்துக்கும், உலகத்துக்குமே பொருந்தும். இந்தக் காட்டுக்குள் எனக்குத் தேவைப்பட்டாலும் கூட வாயைத் திறக்க முடியாது. அதிலும் குறிப்பாக அவளின் முன்னிலையில்!

ஆகவே நான் அவளது கையைப் பிடித்தேன். அவளது உணர்வுகளைப் புரிந்து கொள்வதற்காக அவளது உச்சி முதல் பாதம்வரை தடவிக் கொடுத்தேன். என்றாலும் என்னால் அவளைப் புரிந்து கொள்ளவே முடியவில்லை. நான்தான் அவளிடம் சிக்கி விட்டிருந்தேன். யோசித்துப் பார்க்கையில் எனக்கு பெண்களுடனான பழக்கத்தில் குறையேதும் இருக்கவில்லை. ஆய்வு செய்து அவர்களைக் கண்டறியத் தேவைப்படவேயில்லை எனக்கு.

என்றாலும், வாயைத் திறந்து எவரிடமும் வெளிப்படையாக கூற முடியாத போதிலும் அவளிடமிருக்கும் இந்த மென்மையான தயாள குணத்தை இந்தளவு ஆழமாக வேறு எவரிடத்திலும் நான் சந்தித்ததேயில்லை. ஓர் இறகைப் போல மென்மையாக எனது நெஞ்சுக்குள் மூச்சுக் காற்றை ஊதிவிட அவளால் முடியும். அந்த மென்மையான மூச்சுக்கு எனது காமப் பெருந் தீயை அணைக்கப் போலவே மேலும் எரிய வைக்கவும் முடியுமாக இருக்கும்.

அந்தக் காலத்திலோ நான் முட்டாளாக இருந்தேன். அவள் ஒன்றும் என்னிடம் பெரிது பெரிதாக எதுவும் கேட்கவேயில்லை. மை தீர்ந்ததால் நான் தூக்கிப் போடும் பேனாக்களை அவள் சேகரித்தாள். நான் இனிப்புகள் எதையாவது சாப்பிட்டு விட்டு அதைச் சுற்றி வரும்

தாளைத் தூக்கி எறிந்தால் அதைச் சேகரித்தாள். மல்லிகைப் பூவைக் கொண்டு வந்து கொடுத்து 'இது உனக்கு மாத்திரம்தான்' என்று சொன்னால் நான் மேலதிகமாகச் சொன்ன அந்த 'மாத்திரம்தான்' என்ற சொல்லில் அவள் குதூகலமானாள். அப்போதெல்லாம் அவளது கையைப் பிடிக்கவே தேவையில்லை. வேறு ஏதாவது வேலையில் ஈடுபட்டிருக்கையில் எனது புறங்கை சற்று அதிகமாக அவளது கையில் பட்டுக் கொண்டிருப்பதுவே அவளை சந்தோஷப்படுத்தப் போதுமானதாக இருந்தது. அவள் தேநீர் அருந்தும் குவளையில் அவள் உதடு பதிக்கும் இடத்தில் நான் வாய் வைத்துப் பருகியவாறே விழியோரத்தால் அவளைப் பார்த்தால் அவள் அதை வெகுகாலத்துக்கு நினைவில் வைத்திருந்து கவிதைகளை எழுதினாள்.

அந்தளவு மென்மையானதும், இனிமையானதுமான ஸ்வரமுள்ள இசைத் தந்தி ஒன்று கூட உலகம் முழுவதுமிருக்கும் எந்த வாத்தியக் கருவியிலும் இருந்திருக்காது. என்றாலும் எனக்கென இருந்தது. ஆனால் நானோ ஓர் இசைக் கலைஞன் இல்லையே?! ஆகவே அந்தளவு மென்மையான தந்திகளை உடைத்து நான் அந்த வீணையை ஒட்டடை படர விட்டேன்.

அவை அனைத்துக்கும் மேலாக வெகுகாலத்துக்குப் பிறகு அவளைக் கண்டதுமே பெரும் ஆவேசத்தோடு அவளை மூர்க்கமாகப் புணர்ந்து விட்டேனே என்ற எண்ணத்தின் கனம் என்னைத் தலை தூக்க விடாதவாறு ஒரு புதிய அழுத்தத்தைத் தந்தது. அந்த இம்சையானது எனது உணர்வுகளில் வாடியவாறு அவளைத் தொட்டுக் கொண்டிருந்த வேளையில்தான் இயற்கை என்பக்கமாக வளைந்து கொடுத்தது. அது எனக்கு அறிவூட்டியது. அறிவூட்டி ஒரு விடையைத் தந்தது.

‘இவள் இந்த வனத்துக்கே ரட்சகியான தாய் தேவதை. இவளது பவித்திரத்தை அழிக்க வெளியிலிருந்து வரும் எவராலும் முடியாது. சகல பராக்கிரமமும் இவளுடையது.’

அவ்வாறென்றால் அந்தக் காலத்திலும், அவள் எனக்குத் தேவைப்பட்ட அதியுச்ச கணத்தில் அவளை ஆட்கொண்ட போது என்னை எதுவும் செய்ய விடாமல் எனது ஆதிக்கத்திலிருக்கும்போதே அவளைப் பூப்படைய வைத்தது இந்த இயற்கை அவளைக் கண்காணித்துக் கொண்டிருந்ததால்தானே?! இயற்கையானது பாதுகாக்கவும், சரிசமமாக நடந்து கொள்ளவும் தான் தேர்ந்தெடுப்பவர்களை எப்போதும் உற்றுக் கவனித்துக் கொண்டேயிருக்கும்!

ஆகவே நான் இனிமேலும் கவலைப்பட்டுக் கொண்டிருக்கத் தேவையில்லை. நான் அவளைச் சேதப்படுத்தவில்லை. அதற்கு மாறாக நான் தூய்மையாக ஆனதுதான் இங்கு நடந்தேறியிருக்கிறது. அவளது பாலூற்றுகளால் என்னை ஸ்நானம் செய்ய வைத்து, என்னை ஆற்றுப்படுத்தி, எனது தேகம் முழுவதிலுமிருந்த அனைத்துக் காமங்களையும் கரைத்து அகற்றி விட்டிருக்கிறாள். கடைசியில் எஞ்சியிருந்த மூலை முடுக்குகளையும் எனது கண்ணீராலேயே கழுவியகற்றி அவள் என்னைப் பவித்திரமாக்கி விட்டாள்.

நானோ சாக இருந்தவன். நான் தற்கொலை செய்து கொள்ள திட்டமிட்ட ஒருவன். அந்த எண்ணத்தோடு நான் மேலே மிதந்து கொண்டிருக்கையில் அவள்தான் தனது கருணையும், மென்மையும் மிகுந்த பொன் கிரணங்களை மேலே அனுப்பி என்னை இந்த பூமிக்கு இழுத்தெடுத்திருக்கிறாள். தற்கொலை செய்வது ஒரு பாவ காரியம். அவள் என்னை அந்தப் பாவத்திலிருந்து மீட்டெடுத்தாள். ஒரு தடவையாவது அவளுடன் பழகியவர்கள் பரிசுத்தவாதியாக ஆகி விடுவார்கள் என்பதில் எந்த சந்தேகமுமில்லை.

நிற்க! தற்கொலை செய்து கொள்வது ஒரு பாவ காரியமா?! எவ்வாறு எனக்கு அவ்வாறு தோன்றியது?! எனக்குத்தான் ஒரு மதமும், ஜாதியும் இல்லையே! எனக்குத்தான் மறுபிறவியும் இல்லையே! எல்லாவற்றையும் பூரணப்படுத்தி விட்டவனாகத்தானே நான் இருந்தேன்?!

ஆமாம்! அவ்வாறுதான் நான் எண்ணியிருந்தேன். என்றாலும் எனக்கு இப்போது என்ன நேர்ந்திருக்கிறது? நான் அவளிடம் சிக்கிக் கொண்டு விட்டேன். நான் அவளது மதத்தைப் பின்பற்றுபவனாக ஆகியிருக்கிறேன். தன் மீதே பாசமாக இருக்கத் தெரியாதவனால் பெருங்கருணையைப் பின்பற்ற முடியாது. வேறு எவரிடமோ, எவையிடமோ கருணை காட்ட முடியாது. ஆமாம். நான் அவளினுள்ளே மீண்டும் பிறந்திருக்கிறேன்.

அவள் மர்மமான, மாயம் மிகுந்த ஒரு தாய். தனதருகில் வரும் அனைத்தையும் தனது மென்மையான தேகத்தால் அரவணைத்து அவள் நிகழ்த்தும் இந்த மாயையை அவளே அறிந்திருக்கக் கூடுமோ?! அவள் எதை அறிந்து கொள்வாளோ இல்லையோ அவள் என்னை இனங்கண்டு கொள்ள வேண்டும் என்று நான் விரும்புகிறேன். நான் அதை அவளுக்கு நினைவுபடுத்த வேண்டும். கடந்த காலத்தில், நான் யாருக்காக வேண்டியும் அழுதேயிருக்காத அந்தக் காலத்தில் நான் அவளுக்காக கண்ணீரைத் தேக்கி வைத்திருந்தேன் என்பதை அவள் அறிந்து கொள்ளவே வேண்டும்.

***

இப்போதெல்லாம் அவன் இரவில் மாத்திரமல்லாமல் காலையிலும் என் பின்னால் வரத் தொடங்கியிருக்கிறான். அவன் இரவு முழுவதும் என்னருகிலேயே ஒட்டிக் கொண்டு கிடப்பதனால் எனது வாசனை அவன் மீதும் படிந்திருக்கிறது. ஆகவே என்னைத் தவிர வேறு

எந்த விலங்கும் அவனை ஒரு வேற்று விலங்காகவோ, மனிதனாகவோ கருதுவதேயில்லை.

ஒரு நாள் காலைவேளையில் நான் விழித்தெழும்போது அவன் பாரிஜாதப் பூக்களால் ஒரு மாலையைக் கோர்த்திருந்தான். சிறிய விலங்குகள் பூக்களைக் கொண்டு வந்து வைத்ததுமே அவன் அவற்றைக் கொண்டு அதை எனக்காக செய்து வைத்திருந்தான். அவனது விரல்களில்தான் கலைகள் இருக்கின்றனவே?! எனக்காக அதில் ஒரு கலையை தெளிவாக வெளிப்படுத்திய முதல் தடவை அது. என்றாலும் நான் ஒரு வார்த்தை கூட அவனுடன் பேசவேயில்லை. அந்த மலர் மாலையை அணிந்து கொண்டேன். அவன் பேசவுமில்லை.

அவன் என்னைக் காதலிப்பதாகக் காட்டிக் கொள்ள முயற்சிக்கிறான். வழமை போலவே அவனுடைய விதத்தில்! அவனை நான் மறந்து விட்டேன் என்றுதான் அவன் நினைத்துக் கொண்டிருக்கிறான். உண்மையில் நான் அவனை மறந்து விட்டிருந்தேன்தான். இப்போதுதான் எனக்கு கொஞ்சம் கொஞ்சமாக ஞாபகம் வருகிறது.

இடையறாத உதடுகளின் அழுத்தம், பொறுமையற்ற மூச்சிறைப்பு, இனிமையான நாவின் வருடல், மென்மையான கடிகள் என அவன் எனது இதயத்தை புத்துணர்வடைய வைத்து அவன் அதிலிருந்த இடத்தை ஞாபகப்படுத்த எனது தேகத்தின் எல்லா இடங்களிலும் விடாமல் முயற்சிக்கிறான். அவ்வேளையில் நானோ உள்ளுக்குள் சிரித்துக் கொண்டிருப்பதை ஆகாயத்திலிருக்கும் தாரகைகள் மாத்திரமே அறியும். அவ்வாறே அவன் என் மீது இயங்கியவாறே என்னை நோக்கி உயர்ந்து உயர்ந்து நான் உச்சம் அடைந்திருக்கிறேனா என்று பார்க்கும் ஒவ்வொரு தடவையும் அவனது பிரகாசிக்கும் கண்களைப் பார்த்து நானேதான் அந்தக் கண்களின்

பிரகாசமாக மாறுகிறேன் என்பதை அவன் இன்னும் அறிய மாட்டான்.

உரக்கச் சொல்லாத சின்னஞ் சிறிய கதை

நிஜமாகவே எனக்குக் கவலையாக இருக்கிறது நந்து. எனது வாழ்க்கையில் துயரங்களைத்தான் அதிகமாக அனுபவித்திருக்கிறேன். அந்தத் துயரங்களினிடையே நீங்களும் ஒரு துயரமாக மாறுவீர்கள் என்று நான் நினைத்திருக்கவேயில்லை. அதற்கு நீங்கள் நந்து என்பதுதான் காரணம். நீங்கள் எப்போதும் எனக்கு சந்தோஷத்தைக் கொண்டு வந்தவர்.

அந்த நாட்களில் நான் ஒரு சிறுமி. நான் மனம் போன போக்கில் சொல்வதையெல்லாம் நீங்கள் ஆர்வமாகக் கேட்டுக் கொண்டிருப்பீர்கள். எனது அனைத்து உணர்வுகளையும், எனது அனைத்து நடவடிக்கைகளையும் நீங்கள் மிகுந்த ஆர்வத்தோடும், ஆச்சரியத்தோடும் பார்த்துக் கொண்டிருப்பீர்கள்.

ஒரு நாள் நீங்கள் என்னை 'நந்தி' என்று அழைத்தீர்கள். 'இதற்கு நீங்கள் என்னை நேரடியாகவே மாடு என்று அழைக்கலாமே' என்றேன் நான். காரணம் நீங்கள் என்னை நந்தி என்று அழைத்ததும் உடனடியாக எனக்கு பௌத்த ஜாதகக் கதையில் வரும் 'நந்திவிஸால' எனும் மாடுதான் நினைவுக்கு வந்தது. அதன் பிறகுதான் நீங்கள் 'நந்தி' என்றால் ஆனந்தம், ஞானம், மகிழ்ச்சி தருபவர் என்று அர்த்தம் என்பதை எனக்குத் தெளிவுபடுத்தினீர்கள். அவ்வாறே 'நந்தி' என்றால் உங்கள் ஆண்பாலுக்குரிய பெண்பால் பெயர் என்றும் கூறினீர்கள்.

நீங்கள்தான் எனக்கு எனது வாழ்க்கையில் கிடைத்த உற்ற சிநேகிதனாக இருந்தீர்கள். பிற்காலத்தில் நீங்கள் என்னை உங்கள் காதலி என்று குறிப்பிட்ட நேரத்தில்,

உங்களுக்கு எக்கச்சக்கமான காதலிகள் இருந்ததால் நான் அதை அவ்வளவாகப் பொருட்படுத்தவில்லை. என்றாலும், நீங்கள் ஏனைய அனைவரையும் உங்கள் தோழிகள் என்றும் என்னை மாத்திரம்தான் காதலி என்று விளித்தீர்கள் என்பதைப் பின்னர்தான் அறிந்து கொண்டேன் நான். உண்மையில் அதில் ஆச்சரியப்பட ஏதுமில்லை. நீங்கள் கூறும் அனைத்தும் எல்லோருக்கும் புரிவதில்லை என்றும் யாரும் உரிய பதிலளிப்பதுமில்லை என்றும் நீங்கள் கூறியவேளையில்தான் நான் திகைத்துப் போனேன்.

என்னதான் நான் சிறுமி என்ற போதிலும் நான் நல்ல புத்திசாலி என்றீர்கள். சிறுவன் ஒருவனைப் போல நடமாடிக் கொண்டிருந்த எனக்கு கூந்தலை நீளமாக வளர்த்துக் கொள்ளச் சொன்னவர் நீங்கள். ஒரு நாள் வீட்டின் முன்னால் நடுமாறு கூறி எனக்கு காட்டுமல்லிச் செடியொன்றைக் கொண்டு வந்து தந்தீர்கள், நினைவிருக்கிறதா?! அந்தச் சமயத்தில் என்னமோ என்னுடைய பொறுப்பாளர் நீங்கள்தான் என்பதுபோல நடந்து கொண்டீர்கள். நீங்கள் வாசித்த கனமான புத்தகங்களோடு, நீங்கள் வாசித்த பலான புத்தகங்களையும் எனக்கு இரவலாக வாசிக்கத் தந்தீர்கள். நீங்கள் எனக்கென்றே பரிசளித்த புத்தகங்களிடையே தடித்த, கனமான அகராதிகள் மாத்திரம்தான் இருந்தன.

நான் பால்ய காலத்திலிருந்து மீண்டதும் நீங்கள் வேறு வீட்டுக்கு வாடகைக்குப் போய் விட்டீர்கள். என்றாலும் நாங்கள் ஒருவருக்கொருவர் கடிதங்களை எழுதி வந்தோம். எனது கையெழுத்து எந்தளவுக்கு முத்து முத்தாக இருந்ததோ உங்கள் கையெழுத்து அந்தளவுக்கு படுகேவலமாக இருந்தது. என்றாலும் அந்தக் கையெழுத்தைக் காணாமல் ஒரு வாரம் கடந்தால் போதும் எனக்கு மூச்சுத் திணறி விடும், உணவு சுவையற்றதாகி விடும், காய்ச்சல் பீடித்து

விடும். உங்கள் காதலிகளுடன் நீங்கள் ஆனந்தமாகக் கழிக்கும் நாட்களில் எனக்குக் கடிதம் எழுதத் தாமதித்து விடுவீர்கள். என்றாலும் நான் பதிலெழுத ஓரிரு நாட்கள் தாமதித்தாலோ நீங்கள் பதறிப் போய் எனது வீட்டுக்குத் தொலைபேசி அழைப்பெடுத்து எனது சுகநலத்தை விசாரிப்பீர்கள். 'உனக்கு உடம்பு சரியில்லையா? இல்லாவிட்டால் காதலனொருவன் கிடைத்து விட்டானா?' என்று கேட்பீர்கள். 'இன்னும் இல்லை' என்று நான் பதிலளித்ததும், 'எனக்கு எப்போது அந்த நல்ல தகவலைச் சொல்லப் போகிறாய் பெண்ணே?' என்று கேட்பீர்கள்.

அந்தச் சமயத்தில்தான் நான் பாடசாலையில் உயர்தரப் பரீட்சையை முடித்து விட்டு கணினி வகுப்பொன்றுக்கு செல்லத் தொடங்கியிருந்தேன். உங்களிடமோ ஏற்கெனவே கணினியொன்று இருந்தது. எனக்காகத்தான் சிங்கள எழுத்துகளைத் தட்டச்சு செய்ய நீங்கள் பழகிக் கொண்டீர்கள். என்றாலும் நாங்கள் உடனடியாக மின்னஞ்சல்களை அனுப்பிக் கொள்ளத் தொடங்கவில்லை. சிங்களத்தில் தட்டச்சு செய்த கடிதங்களைத்தான் ஒருவருக்கொருவர் அனுப்பிக் கொண்டிருந்தோம். கை வலிக்க வலிக்க கையால் எழுதத் தேவைப்படாத காரணத்தால் நீங்கள் புத்தகங்களைப் போல நிறையப் பக்கங்களைக் கொண்ட நீண்ட நீண்ட கடிதங்களை அனுப்பிக் கொண்டிருந்தீர்கள். அவசரமான ஏதேனும் விடயங்களை சுருக்கமாக நீங்கள் மின்னஞ்சலில் அனுப்பிய போதிலும், உங்களது அந்தக் கபில நிற தபாலுறைகள் சுமந்து வரும் கடிதங்களின் கனம் மின்னஞ்சல்களில் இருக்கவில்லை.

நாங்கள் சந்திக்கலாம் என்று நீங்களும் சொல்லவில்லை. நானும் சொல்லவில்லை. என்றாலும் சந்திப்பதே தேவைப்படாத அளவுக்கு நாங்கள் அவ்வளவு நெருக்கமாக இருந்தோம். அந்தக் காலத்தில் நாங்கள் உற்ற

சிநேகிதர்களாக இருந்தோம். ஆனந்தத்தில் பூரித்து வழிந்து பின்னர் நேரடியாகச் சந்தித்து இருவரையும் சேர்த்து எரித்துக் கொள்ளச் செய்யும் காதல் தீ எம்மிடையே பற்றிக் கொள்ளவில்லை. கடிதங்களினூடே நிகழ்ந்து கொண்டிருந்த கவிதைகள், சிறுகதைகள், நாவல்கள் குறித்த கலந்துரையாடல்கள் அனைத்தும் இந்தப் பேரண்ட வெளியில் எமக்கென ஒரு சிறிய கிரகத்தை உருவாக்கியிருந்தது. அந்தக் கிரகமோ சந்திரனைத்தான் சுற்றிக் கொண்டிருந்தது.

ஒரு நாள் நாங்கள் நிலவை மிகவும் நெருங்கியிருந்தோம். அன்றுதான் என்னை உடனே பார்க்க வேண்டும் என்று நீங்கள் சொன்னீர்கள். நான் திடுக்கிட்டேன். எனது நெஞ்சு துடிக்கும் ஓசையை நீங்கள் அன்று பல நூறு கிலோமீற்றர்கள் தொலைவிலிருந்தும் கேட்டிருக்கக் கூடும். எனது பதில் இரண்டு நிமிடங்கள் தாமதித்ததால் உடனே பதறிப் போய் 'பயப்படாதே! உனது புகைப்படமொன்றை அனுப்பு. எனக்கு உனது முகமே மறந்து விட்டது' என்று ஒரு சிரிப்பு அடையாளக் குறியோடு நீங்கள் என்னிடம் கோரியிருந்தீர்கள்.

உண்மையில் அது வெகு சாதாரணமான ஒரு வேண்டுகோள்தான். அவ்வேளையில் பன்னிரண்டு வருடங்களாக ஒருவரையொருவர் அறிந்திருந்த, ஏழு வருடங்களாக கடிதங்கள் பரிமாறிக் கொண்ட, தொலைபேசியில் உரையாடிக் கொண்டிருந்த நாங்கள் இருவருமே ஒருவரையொருவர் குறித்து அஞ்சவில்லை. போதாதற்கு நான் எனது தோற்றம் குறித்த ஒரு சித்திரத்தை உங்களுக்குள் உருவாக்கியிருந்தேன்.

'டி ஷேர்ட்டும் குட்டைக் களிசானும் அணிந்து திரிந்த சிறுமிக்கு இப்போது நீண்ட கூந்தல் இருக்கிறது. அவளுக்கு கால்கள் இப்போது நீண்டிருப்பதால் அவள் நீண்ட கவுண்களை அணிய வேண்டியிருக்கிறது. முகத்துக்கு

சாயங்களோ, கண்ணுக்கு மையோ பூசிக் கொள்ளாததால் எந்தவொரு வசீகரமான தோற்றமும் அவளுக்கில்லை' என்று நான் உங்களிடம் கூறியிருக்கிறேன். உங்கள் தோழிகள் ஒவ்வொருவருமே ஒவ்வொரு விதமானவர்கள் என்று நீங்கள் என்னிடம் சொன்னீர்கள். ஒப்பனை அலங்காரங்கள் செய்து கொண்டால் என்னால் அவர்கள் அனைவரை விடவும் அழகாக ஆகி விட முடியும் என்று நீங்கள் கூறிய வேளையில் எனதுள்ளம் பூரித்துப் போனது. அந்த உரையாடல் தொலைபேசி வழியாக நிகழ்ந்ததால் அப்போது எனக்குள் எழுந்த உணர்வை நான் அப்படியே வெளிப்படையாக உங்களிடம் தெரிவித்தேன். உங்களால் சிரிப்பை அடக்கவே முடியவில்லை. 'பைத்தியக்காரி, உன்னுடைய நாவுக்கு பிரேக் போடு' என்றீர்கள்.

நான் இப்போது சொல்லிக் கொண்டிருந்தது நீங்கள் என்னிடம் புகைப்படமொன்றைக் கேட்டதைப் பற்றித்தானே? 'இப்போது என்ன செய்வது?' என்ற பதற்றத்தில் அவ்வேளையில் எனக்கு எதுவும் தோன்றவில்லை. என்னைப் புகைப்படம் எடுக்க என்னிடம் கேமரா இருக்கவில்லை. அந்தக் காலத்தில் கேமரா அடங்கிய கைபேசி என்ற ஒன்று இருக்கவில்லை என்று நினைக்கிறேன். சில வேளை இருந்திருக்கக் கூடும். ஆனால் என்னிடம் கைபேசி கூட இருக்கவில்லையே! வீட்டிலிருந்த தொலைபேசி மாத்திரம்தான் எல்லோருக்கும் உரியதாக இருந்தது. டிஜிட்டல் கேமரா ஒன்றை வாங்குவது கூட இலகு இல்லையே! என்றாலும் கணினியில் நான் தேடித் தேடிக் களைத்த பிறகுதான் இரண்டு மூன்று மாதங்களுக்கு முன்பு எனது அலுவலகத்தில் வைத்து எடுத்த புகைப்படமொன்றை நான் கண்டெடுத்தேன்.

'பின்னர் நல்ல புகைப்படமொன்றை எடுத்து அனுப்பும் வரைக்கும் இதைப் பார்த்துக் கொண்டிருங்கள்' என்று கூறி நான் அதை உங்களுக்கு அனுப்பி வைத்ததோடு,

'நான் இப்போதும் அப்பாவி போலத்தான் தெரிகிறேன், இல்லையா?' என்றும் கேட்டிருந்தேன். '*Ok, I got it*' என்று மாத்திரம் சொன்னீர்களே தவிர வேறு எதையும் நீங்கள் கூறவில்லை. நான் தூக்கக் கலக்கத்தில் இருந்ததாலும், மறு நாள் வேலைக்குப் போக வேண்டியிருந்ததாலும் '*Good night*' என்று உங்களுக்கு அனுப்பி விட்டு உறங்கச் சென்றேன்.

ஒரு கிழமை கழிவதற்கு முன்பே விரைவுத் தபால் ஒன்று வந்து எனது மேசையின் மீது கிடந்தது. அந்தக் கடிதமோ கனமற்று, ஏனைய நாட்களைப் போல இல்லாமல் இருந்தது. போதாதற்கு விரைவுத் தபாலில் வந்த கடிதம். விரைவுத் தபாலில் அனுப்பும் அளவுக்கு அந்தளவு அவசரம் எதற்காக என்றுதான் எனக்குத் தோன்றியது. ஆகவே அலுவலகத்திலிருந்து அப்போதுதான் வீடு திரும்பியிருந்த நான் ஆடையைக் கூட மாற்றிக் கொள்ளாமல் சிரித்தவாறே உடனடியாக அந்தக் கடிதத்தைப் பிரித்துப் பார்த்தேன். ஒரு ஃபூல்ஸ்கேப் தாள் அளவேயான கடிதம் அது. மிகுந்த ஆர்வத்துடன் அதை வாசித்துப் பார்க்க ஆரம்பித்தேன்.

எனது நந்திக்கு,

ராக்கெட்டுகளில் செயற்கைக் கோளொன்றைக் கொண்டு சென்று விண்வெளியில் கைவிடும்போது அதற்கு என்ன நடக்கிறதென்பது உனக்குத் தெரியுமா? அது மிதந்தவாறு சுற்றிக் கொண்டேயிருக்கும். தான் எங்கிருக்கிறேன் என்பதே அதற்குத் தெரியாது. அது சுற்றி வரப் பார்க்கையில் சூரியனைக் கண்டால் அதை இனங்கண்டு கொள்ளும். அதன் பிறகும் அது இனங்காண வேண்டிய நட்சத்திரத்தைக் காணும்வரைக்கும் தன்பாட்டில் சுற்றிக் கொண்டேயிருக்கும். அவ்வாறு சுற்றிக் கொண்டிருக்கையில் அந்த நட்சத்திரத்தைக்

கண்டதுமே அது இனங்கண்டு கொள்ளும். அதற்கு அந்த இரண்டையும் மாத்திரம் இனங்கண்டால் போதாது. ஆகவே அது மீண்டும் மிதந்தலைந்து கொண்டிருக்கும். மற்றுமொரு குறிப்பிட்ட நட்சத்திரமொன்றை இனங்கண்டு கொண்டால்தான் அந்த செயற்கைக் கோள் விண்வெளியில் தான் இருக்கும் இடத்தை சரியாக அறிந்து கொள்ளும். அதன் பிறகு அது அவ்விடத்திலிருந்து நகராது. அவ்விடத்திலிருந்துதான் அதனால் மிகத் தெளிவாக பிரபஞ்சத்தைப் படம்பிடிக்க முடியுமாக இருக்கும்.

I was floating in space. You were there in many forms in many dimensions. True that there was one snapshot of yours. But it was not clear. My eyes were wet at that time. However, I was living with it. I was looking at various things not knowing where the earth is.

நான் தெளிவற்ற உருவங்களோடு இருக்கப் பழகியிருந்தேன். எதிர்பாராத ஒரு கணத்தில் 'ஓர் இயல்பான புகைப்படமொன்று' என்னை வந்தடைந்தது. அதைப் பார்த்த பிறகும் என்னைப் பயப்படாமல் இருக்கவா சொல்கிறாய்?

'நீ இப்போதும் அப்பாவித் தோற்றத்துடனா இருக்கிறாய்' என்று கேட்டிருந்தாய், இல்லையா? அதை விளையாட்டாகத்தானே கேட்டாய்? கொழும்பில் ஓர் ஆடம்பரமான அலுவலகத்தில் பணி புரியும் ஓர் இளம்பெண்ணை அப்பாவியென்று எவ்வாறு சொல்ல முடியும்? உண்மையைச் சொல்லட்டுமா? அப்பாவியாகத் தெரியவில்லை. அழகியாகத் தெரிகிறாய்.

இன்னுமொரு விடயம். நீ ஒல்லியாக இருப்பதாகச் சொன்னதுவும் பொய்தானே? புகைப்படங்களில்தான்

உரக்கச் சொல்லாத சின்னஞ் சிறிய கதை | 101

மொத்த உண்மையும் வெளிப்படுவதில்லையே. சிலவேளை உனது மொத்த உண்மை இதை விடவும் பேரழகாக இருக்கக் கூடும். உண்மையைச் சொல்வதானால் உன்னிடமோர் அப்பாவித்தனமும் வெளிப்படுகிறதுதான்.

உனது நந்து

***

ஏனைய நாட்களில் ஒரு புத்தகம் அளவுக்குக் கடிதங்களை எழுதும் நந்துவிடமிருந்து எனக்குக் கிடைத்த ஆகச் சிறிய கடிதம் அது. ஒருவரையொருவர் உரிமை கோரும் வசனங்கள்தான் அதுவரையில் ஒருபோதும் எம்மிடையே பகிர்ந்து கொள்ளப்படவில்லையே. 'எனது நந்தி', 'உனது நந்து' இந்த இரண்டு வாக்கியங்களாலும் அத்தனை காலமிருந்த ஓர் உறவு தடம் மாறுவது எவ்வாறு? எனது வாழ்க்கையில் எனக்குக் கிடைத்த முதல் காதல் கடிதம் அது.

எனது முழங்கால்கள் மரத்துப் போவதைப் போல உணர்ந்தேன். இருதயம் அந்தளவு வேகமாக ஒருபோதும் படபடத்ததில்லை. தொண்டை வரண்டு தலை சுற்றியது. நான் நின்றிருந்த இடத்திலேயே தரையில் விழுந்தேன். நான் ஒன்றும் திடீரென்று மயக்கம் போட்டு விழவில்லை. திரைப்படங்களில் காட்டப்படும் அதி சோகமான, மிகை யதார்த்தக் கணமொன்றைப் போல நான் கொஞ்சம் கொஞ்சமாக தரையை நோக்கிக் குனிந்து தரையில் தானாக அமர்ந்து விட்டிருந்தேன். திரைப்படங்களில் அவ்வாறான காட்சிகளைக் காண்பிக்கும்போது நான் ஒருபோதும் அவற்றை நம்பியதில்லை. ஆனால் எனக்கும் அவ்வாறுதான் ஆயிற்று.

கண்களிரண்டிலிருந்தும் வழிந்த சூடான கண்ணீரோடு நான் தரையில் விழுந்து சுவரோடு சாய்ந்து கொண்டேன்.

என்ன நடக்கிறது கடவுளே?! நான் எவ்வளவு பெரிய முட்டாள் என்பது அப்போதுதான் எனக்குப் புரிந்தது.

அவரோ இரண்டு வாக்கியங்களில் தனது காதலைச் சொல்லியிருந்தார். அவர் என்னை விடவும் திறந்த மனப்பான்மையுடையவர் என்றும், என்னைத் தவிர வேறு எவருக்கும் அவரை அந்தளவுக்குத் தெரியாது என்றும்தானே நான் கருதியிருந்தேன்?! ஆனால் அவரோ தனக்குள் என்மீது காதலைக் கொண்டிருந்திருக்கிறார். அதை நான் அதுவரைக்கும் உணர்ந்திருக்கவில்லை. பன்னிரண்டு வருட நட்புக்குள்ளே தளிர் விட்டு வளர்ந்திருப்பது காதல் என்பதை அவ்வளவு காலமும் நான் அறிந்திருக்கவில்லை. அவரிடம் நான் வெளிப்படையாக இருந்த அளவுக்கு அவர் எனக்கு வெளிப்படையாக இருக்கவில்லை என்பது புரிந்தது. அவ்வாறென்றால் நான் அவ்வளவு காலமும் இந்தளவு முட்டாளாக இருந்திருக்கிறேனா?!

அவ்வளவு காலமும் நான் எனக்குள்ளேயே ஒரு பாதுகாப்பு அரணை நிர்மாணித்து அதன் மேலே தனியாக அமர்ந்திருந்தேன். எனக்குத் தெரிந்த காலத்திலிருந்து எனது நீண்ட கூந்தலை ஜன்னல் வழியே இட்டு இந்த ராஜகுமாரனை மாத்திரம்தான் உள்ளே வர அனுமதித்திருந்தேன். காரணம் அந்த அரணுக்கு அண்மையிலிருந்த அரண்மனையின் சொந்தக்காரனை, ஓர் அமைதியான அயலவனை நான் எவ்வாறு நம்பாமலிருக்க முடியும்?! வாழ்க்கையை எவ்வாறுதான் கழித்த போதிலும், நாளின் இறுதியில் மாளிகையிலிருந்து வெளியே வந்து மேலே பார்த்திருக்கும் பழக்கம் அவரிடமும் இருந்தது. அதனால் அவர் மேலே ஏறி வருவதற்காக கூந்தலைத் தரைக்கு அனுப்பாமல் என்னால் எவ்வாறு இருக்க முடியும்?!

கீழேயிருந்து மேலே பார்த்துப் புன்னகைக்கும், புன்னகையுடனே கதைக்கும் நண்பனின் சிநேகத்திலிருந்த திருப்தி எனக்குக் காதலனொருவனின் தேவையை அழித்து விட்டதல்லவா என்பதுவே அப்போதுதான் எனக்கு ஞாபகம் வந்தது. எத்தனையோ வாலிபர்கள் என் பின்னால் அலைந்தார்கள்தான். ஆனால் அவர்கள் மீது எந்தவோர் ஈர்ப்பையும் நான் உணரவேயில்லை. எல்லா வாலிபர்களுமே என்னை விடவும் இளையவர்கள் என்றுதான் எனக்குத் தோன்றியது. அத்தோடு, 'நந்துவோடு கதைக்கும் விடயங்களில் பாதியைக் கூட வேறொருவரோடு என்னால் கதைக்க முடியாது' என்று ஒரு நாள் அம்மாவிடம் கதைத்துக் கொண்டிருக்கையில் என்னையறியாமல் வாய்தவறி உளறி விட்டிருந்தேன்.

பத்திரிகையில் மணமகள் தேவை விளம்பரங்களைப் பார்த்துக் கொண்டிருந்த அம்மா பத்திரிகையைத் தாழ்த்தி தனது மூக்குக்கண்ணாடிக்கு மேலால் அன்று என்னைப் பார்த்தது அந்தளவு நல்ல பார்வையல்ல. தாயொருத்தியின் புரிந்துணர்விலிருந்து மகளொருத்தி எவ்வாறு தப்பிப்பாள்?! என்றாலும், வழமையான காருண்யத்தைத் தனது கண்களில் சூடிக் கொண்ட அம்மா,

"எனது அன்பு மகளே, நந்துவும் நீயும் நண்பர்கள் மாத்திரம்தான், சரியா? அவர் உன்னை விடவும் மிகவும் வயது கூடியவர். அவருக்கு நீயோ ஒரு சின்னத் தங்கை போன்றவள். அதை விட அவர் திருமணமான ஒருவர். நீ என்னுடைய மகள். நான்தான் உன்னை ஈன்றெடுத்து வளர்த்தேன். ஆகவே நீ நினைப்பதற்கு முன்பே நீ என்ன நினைக்கப் போகிறாய் என்பதை நான் அறிவேன். நீ உனது மனதைப் பாதுகாத்துக் கொள்ள வேண்டும். மனதால் இழைத்தாலும் தவறு தவறுதான். இப்போது உனது அலுவலகத்தில் உன் பின்னால் சுற்றுவதாகச்

சொன்னாயே? அந்த இளைஞன் எப்படிப்பட்டவன்? அவன் கண்டியைச் சேர்ந்தவன்தானே?"

கண்டியைச் சேர்ந்த பிரதீப் பண்டார எனும் அந்த இளைஞனின் காதலை மறுக்க எனக்கோ, எனது வீட்டிலோ எந்தக் காரணமும் இருக்கவில்லை. என்றாலும் அவ்வளவு காலமும் நான் அத்தனை வாலிபர்களினதும் காதலை மறுத்ததற்கு எவ்விதக் காரணமும் இருக்கவில்லை என்றுதான் நான் நம்பிக் கொண்டிருந்தேன். அது தவறானது என்பது அந்தச் சிறிய கடிதத்தால்தான் நிரூபணமானது. ஏன் என்னாலேயே என்னைப் புரிந்துகொள்ள முடியாமல் போனது?! நந்துவின் திருமணம் எனும் மதிலுக்கும், அம்மா வாழ்க்கை குறித்து எனக்குக் கற்றுத் தந்த பாடங்களுக்கும் இடையே எனது எல்லைக் கோட்டைத் தாண்டும் தைரியம் எனக்கு வரவில்லை என நினைக்கிறேன். உண்மையில் நான் தொண்டைக்குக் களவாக மருந்தை அருந்தி விட்டிருக்கிறேன் என்பதுவே எனக்குப் புரியாமல் போயிருந்தது. வாழ்க்கையில் ஒருபோதும் காதல் தொடர்பெதுவும் இருந்திருக்காத ஒருவருக்கு காதல் என்றால் என்ன என்பதை ஒழுங்காகப் புரிந்து கொள்ள முடியாது. சரியாகச் சொன்னால் என்னைப் போல!

நான் சொல்லிக் கொண்டிருந்தது நான் தரையில் விழுந்து சுவரோரமாகச் சாய்ந்து கொண்டேன் என்பதைத் தானே?! ஆகவே அம்மா என்னைத் தேடிக் கொண்டு எனது அறைக்குள் வரும் முன்பு நான் எனது உடைந்து சிதறிய இதயத்தின் துண்டுகளைச் சேகரித்தவாறு பாடுபட்டு எழுந்து நின்றேன். உடல்கழுவி உறங்கச் செல்லும் முன்பு கணினியை இயக்கினேன். நந்துவுக்கு நான் பாதி எழுதி வைத்திருந்த கடிதத்தைத் திறந்தேன்.

நந்து,

எப்படியிருக்கிறீர்கள்? உங்கள் பயணங்களைக் குறித்த அடுத்த கடிதம் வரும்வரைக்கும்தான் நான் இப்போது காத்திருக்கிறேன். உங்கள் பயணங்கள்தான் முடிவதேயில்லையே! சரி. அடுத்த மாதம் எந்த நாட்டுக்குப் போகப் போகிறீர்கள்? எனக்கென என்ன வாங்கிக் கொண்டு வருவீர்கள்? புத்தகங்களென்றால் இப்போது என்னிடம் நிறையவே இருக்கின்றன. நீங்கள் வாங்கி அனுப்பும் புத்தகங்களை வைக்கவே நான் தனியாக ஒரு நூலகத்தை வீட்டில் தொடங்க வேண்டியிருக்கும். போதாதற்கு அவற்றில் பெரும்பாலானவற்றை என்னால் தொடர்ந்து வாசிக்கக் கூட முடியவில்லை. காரணம் வாசித்தாலும் புரியவில்லை. ஸ்டீவன் ஹாக்கிங்கின் புத்தகத்தை எதற்காக எனக்கு அனுப்பியிருக்கிறீர்கள்? இருந்தாலும், நீங்கள் வற்புறுத்துவீர்களென்றால் நான் *A Brief History of Time* புத்தகத்தை வாசித்துப் பார்க்க முயற்சிக்கிறேன். எனக்கு அந்த ஆழமான ஆங்கிலம் அவ்வளவாக விளங்குவதில்லை. என்றாலும் நீங்கள் அனுப்பி வைக்கும் புத்தகங்கள் குறித்து நான் பெருமையடைகிறேன்.

நந்து, உலகில் நீங்கள் எங்கிருந்த போதிலும், என்னை நினைவுகூரும் ஒருவராவது அங்கிருப்பது எனக்குப் பெருமையாக இருக்கிறது. எனக்குப் பரிசுப் பொருட்கள் எதையேனும் வாங்க மறக்காத ஒருவர் எனக்கிருப்பது எனக்குப் பெருமையாக இருக்கிறது. உங்களைப் போல படித்த, தன்னடக்கமுள்ள ஒரு நண்பன் எனக்கிருப்பது எனக்கு மிகவும் பெருமையாக இருக்கிறது. அது உங்களுக்குத் தெரியும்தானே? அதைத்தான் நான் எப்போதும் கூறிக் கொண்டிருக்கிறேனே!

அதை விடுவோம். நான் ஒரு பிரச்சினையை எதிர்நோக்கியிருக்கிறேன். அதற்கு என்னால் தனியாகத் தீர்வு காண முடியாமலிருக்கிறது நந்து. நீங்கள் எப்போதும் எனக்கு ஒரு காதலனைத் தேடிக் கொள்ளுமாறு சொல்வீர்கள்தானே? என்னுடன் அலுவலகத்தில் ஒன்றாகப் பணிபுரியும் பிரதீப் குறித்து நான் உங்களிடம் சொல்லியிருக்கிறேன், அல்லவா? அன்று கடைசியாக நான் உங்களுக்கு மின்னஞ்சல் அனுப்பியதற்கு மறுநாள் அவன் என்னிடம் காதலைச் சொன்னான். எத்தனையோ பையன்கள் என் பின்னால் அலைந்திருக்கிறார்கள்தான் நந்து. அவர்களுள் சிலர் என்னிடம் நேரடியாக தமது காதலைச் சொல்லியுமிருக்கிறார்கள். ஆனால் இவன் அதிகமாகத் திரைப்படங்கள் பார்ப்பவன் ஒருவனோ தெரியாது. இவன் காதலைச் சொன்ன விதத்தில் ஏதோ *Cinamtic expression* இருப்பது போலத்தான் நான் உணர்ந்தேன்.

நாங்கள் எங்கள் அலுவலகத்தின் வருடாந்தச் சுற்றுலாவாக இராவண நீர்வீழ்ச்சியைப் பார்க்கப் போனோம் என்பதுதான் உங்களுக்குத் தெரியுமே. அந்த இராவண நீர்வீழ்ச்சிக்கு அருகில் வண்ண வண்ண *Quartz* கற்களை விற்பவர்கள் இருக்கிறார்கள். எனக்கு அந்தக் கற்களென்றால் கொள்ளை ஆசை. ஆகவே நான் ஒரு சிறிய பொதியிலிருந்த வண்ண வண்ணக் கற்கள் பத்தினை இரண்டாயிரம் ரூபாய் கொடுத்து வாங்கினேன் என்று எனது அலுவலகத்தில் எல்லோரும் என்னைக் கேலி செய்து சிரித்தார்கள்.

மனிதர்கள் ஏன் அவ்வாறு அடுத்தவர்களைப் பார்த்து சிரிக்கிறார்கள் நந்து? எனது பணத்தில் எனக்குப் பிடித்ததை நான் வாங்கினால் அவர்களுக்கு என்ன? எனக்குக் கோபம் கோபமாக வந்தது.

உரக்கச் சொல்லாத சின்னஞ் சிறிய கதை | 107

அந்தக் கூட்டத்தில் என்னைப் பார்த்துச் சிரிக்காத ஒரேயொரு ஆள் அந்த பிரதீப்தான்.

அந்தப் பயணம் போய் வந்து இப்போது இரண்டு கிழமைகள்தான் ஆகின்றன. நான் மாதத்தின் முதல் நாள் அலுவலகத்துக்கு சேலைதான் கட்டுவேன் என்பது உங்களுக்குத் தெரியும்தானே? எமது அலுவலகத்தில் சேலை அணிந்து வரும் வேறு ஒருத்தி கூட இல்லை என்பதால் நான் சேலை கட்டும் நாளில் சக ஊழியர்களான ஆண்கள் என்னைக் கண்டு தடுமாறுவார்கள். மாதத்தில் ஒரு நாளாவது எல்லோராலும் உற்று நோக்கப்படும் ஒரு மகாராணி போல உணரச் செய்யப்படுவது எந்தப் பெண்ணுக்குத்தான் பிடிக்காது நந்து? ஆகவே நான் அந்த நாளை மிகவும் சந்தோஷமாகவும், உற்சாகமாகவும்தான் ஏற்றுக் கொள்வேன்.

வழமை போலவே அன்றும் நான் இளஞ்சிவப்பு நிற சேலை கட்டி, எனது ஈரக் கூந்தல் காயட்டும் என அதை அப்படியே அவிழ்த்துவிட்டு அலுவலகத்துக்கு வந்தேன். நான் early bird என்பது உங்களுக்குத் தெரியும்தானே? அன்று என்னை முதலில் வரவேற்றது யார் தெரியுமா? இளஞ்சிவப்பு நிற ரோஜாப் பூக்களிரண்டை ஏந்தியவாறு பிரதீப் என் முன்னால் வந்து நின்றான். அவனது முகத்தில் முன்பொருபோதும் இல்லாத ஒரு மாற்றம் தென்பட்டது. முகத்தில் மீசை, தாடி மழிக்கப்படாதிருந்தது. அதாவது அவன் அந்த வார இறுதியில் முகச் சவரம் செய்திருக்கவில்லை.

அதில் ஏதோவொரு விந்தையான வசீகரம் இருந்தது. முழுவதுமாக முகச் சவரம் செய்திருக்கும் ஆண்களை விடவும், முகத்தில் சற்றேனும் மீசை தாடியிருக்கும் ஆண்கள்தான் என்னை வசீகரிப்பார்கள் என்பதை நீங்கள் அறிவீர்கள்தானே நந்து? மீசை, தாடியை

முழுவதுமாக மழிக்காமல் இருக்கும் ஆண்களின் முகத்தில்தான் ஆண்மை மிளிரும், இல்லையா? நான் ஒரு தடவை அலுவலகத்தில் வைத்து அதைப் பேச்சுவாக்கில் கூறியிருப்பேன் என்று நினைக்கிறேன். பிரதீப் அதைக் கவனித்திருக்கக் கூடும்.

அந்தக் காலை எட்டு மணிக்கு அலுவலகத்தில் நானும், அவனும் மாத்திரம்தான் இருந்தோம். அவன் அந்த ரோஜாப் பூக்கள் இரண்டையும் என்னிடம் தந்து விட்டு எனது வலதுகையின் நடுவிரலில் ஒரு மோதிரத்தை அணிவித்தான். நீங்கள் நம்புவீர்களோ மாட்டீர்களோ தெரியாது. என்னால் எனது கண்களையே நம்ப முடியவில்லை.

எனக்கு ஆபரணங்களை அணிவது பிடிக்காது என்பது உங்களுக்குத் தெரியும்தானே. நான் தங்க நகைகள் எதையும் அணிவதுமில்லை. அந்த மோதிரமோ ஒரு வெள்ளி மோதிரம். அது எனது நடு விரலுக்கு எவ்வாறு அவ்வளவு அச்சொட்டாகப் பொருந்திப் போனது என்பதை நானறியேன். அந்த வெள்ளி மோதிரத்தில் மிகவும் அழகான ஒரு Quartz கல் இளஞ்சிவப்பு நிறத்தில் மிளிர்ந்தது. சரியாக நான் அன்று இராவண நீர்வீழ்ச்சிக்கு அருகில் வாங்கியதைப் போன்ற ஒன்று. அந்தக் கல்லோ ஏனைய மோதிரங்களில் காணப்படும் விலைமதிப்பு மிக்க கற்களைப் போல பளபளப்பாக்கப்பட்டோ, பொலிவேற்றப்பட்டோ இருக்கவில்லை. மிகவும் இயற்கையான வடிவத்தில், சாதாரண கல்லொன்றைப் போல இருந்தது. அது பேரழகாக இருந்தது நந்து. பின்னர் பிரதீப் எனது கண்களை நேருக்கு நேராகப் பார்த்துச் சொன்னான்.

'நான் கடந்த பன்னிரண்டு மாதங்களாக உங்களைத்தான் பார்த்துக் கொண்டிருக்கிறேன்.

எனக்கு உங்களைப் போல பேசத் தெரியாது. அழகான வார்த்தைகள் எனக்குத் தெரியாது. தயவுசெய்து என்னை இப்போதே மறுத்து விடாதீர்கள். நீங்கள் எனக்கு உடனடியாகப் பதில் சொல்ல வேண்டிய அவசியமில்லை. உங்களுக்குத் தேவையென்றால் ஒரு மாத காலத்தையோ அதை விட அதிகமான காலத்தையோ எடுத்துக் கொள்ளுங்கள்' என்று கூறி விட்டு அவன் அலுவலகத்திலிருந்து வெளியேறினான்.

நந்து, நீங்கள் அவ்வேளையில் இலங்கையில் இருந்திருந்தால் நான் அப்போதே உங்களைத் தொலைபேசியில் அழைத்திருப்பேன். அவன் கூறியதைக் கேட்டு நான் திகைத்துப் போயிருந்தேன். நீங்கள் அடுத்த கிழமைதான் நாடு திரும்புவீர்கள் என்பதை அறியத் தந்திருக்கிறீர்கள். ஆகவே அடுத்த கிழமை உங்களுக்கு இந்தக் கடிதம் கிடைத்திருக்கும்.

நான் இப்போது என்ன செய்யட்டும் நந்து? அவன் காதலைத் தெரிவித்த விதமோ ஒரு கவிதையில் வடிக்கத்தக்கது. உண்மையில் பிரதீப் மிகவும் அமைதியானவன். அவ்வளவாக யாருடனும் கதைக்க மாட்டான். அவனது நண்பர்கள்தான் எனக்கு அவனது பெயரைக் கூறி கிண்டல் செய்வார்கள். என்றாலும், அவன் தனது காதலைத் தெரிவித்த விதமும், அவனது ஏற்றத் தாழ்வுகளுடனான உணர்ச்சி மிகுந்த தொனியும் அவன் நல்லவன் என்பதை எனக்கு உணர்த்தின, நந்து!

அத்தோடு நான் கூட எப்போதாவது திருமணம் முடிக்க வேண்டும், அல்லவா? நீங்கள் சொல்வது போல நானும் திருமண வாழ்க்கையை அனுபவிக்க வேண்டுமே! காதல் என்பது என்னவென்று எனக்கு இன்னும் தெரியாது நந்து. மனிதர்களை உன்மத்தமாக்கும் அந்த உன்னதமான காதல் எனது

வாழ்க்கைக்கு எப்போது வந்து சேரும்? ஏன் எனக்கு அவ்வாறான எந்த உணர்வும் வருவதில்லை? இது இயல்பான விடயம் ஒன்றல்லவே.

ஆண்களும், பெண்களும் காதலுக்காக எந்தளவு போராடுகிறார்கள் என்பதை நான் பல தடவைகள் வாசித்திருக்கிறேன், பல தடவைகள் நேரடியாகக் கண்டிருக்கிறேன், பல திரைப்படங்களில் பார்த்திருக்கிறேன். நாங்களும் கூட பலதடவைகள் அதைப் பற்றிக் கதைத்திருக்கிறோம், இல்லையா நந்து? நீங்களே உங்கள் காதல் அனுபவங்கள் பலவற்றையும் பற்றி என்னிடம் கூறியிருக்கிறீர்கள்தானே. எனக்கு மட்டும் ஏன் இப்படி ஆகியிருக்கிறது? நான் மாத்திரம் ஏன் இப்படியிருக்கிறேன்?

நான் இயல்பான ஒருத்தி இல்லை என்று எனக்குத் தோன்றுகிறது நந்து. எனக்கு ஏன் இப்படி ஆகியிருக்கிறது? நீங்கள் எனக்கு அதைத் தெளிவுபடுத்துவீர்கள் என்றால் நான் நீங்கள் சொல்வதைக் கேட்டுக் கொள்வேன். நான் பிரதீப்புக்கு சம்மதம் தெரிவிக்கட்டுமா? வேண்டாமா?'

நான் இப்போது என்ன செய்வது? எப்போதோ எழுதி வைத்த இந்தக் கடிதத்தை நான் எவ்வாறு இப்போது நந்துவுக்கு அனுப்பி வைப்பேன்? ஏன் எனக்கு மாத்திரம் இவ்வாறெல்லாம் நடக்கிறது?

நாங்கள் பிறந்த நாள் தொடக்கம், இல்லாவிட்டால் அதற்குப் பல்லாயிரம் ஆண்டுகளுக்கு முன்பிருந்தே நாங்கள் எமது உணர்ச்சிகளைத் தடுத்துக் கொள்ளவும், அடக்கிக் கொள்ளவும்தான் பழகியிருக்கிறோம் இல்லாவிட்டால் பயிற்றுவிக்கப்பட்டிருக்கிறோம் என்பதே எனக்கு இப்போதுதான் தெளிவாகிறது. எமக்கு இப்போது

அது பழகி விட்டிருக்கிறது. அது எந்தளவு சரளமானதாக, இயல்பானதாக ஆகியிருக்கிறது என்றால் அதுதான் நமது அத்தியாவசியத் தேவை என்று எமக்குத் தோன்றுகிறது. இப்போதெல்லாம் உணர்ச்சிகளை அடக்கிக் கொள்வதை எம்மால் இலகுவாகச் செய்ய முடிகிறது. வெளியே இருக்கும் தடைகளை நாங்கள் உள்ளுக்குள் கொண்டு ஒரு சிறைக்குள் அடைபட்டிருக்கிறோம் என்பதையே நாங்கள் உணர்வதில்லை.

என்றாலும் நான் இப்போது என்ன செய்வது? ஒரு குடும்பத்தைப் பிரித்த பாவத்தில் என்னால் பங்கேற்க முடியாது. இதை அம்மா அறிந்தால் அவளுக்கு மாரடைப்பே வந்து விடும்.

நந்துவுக்கோ எவ்வித வரையறைகளும் இல்லை. எம்மிடையே இருந்த ஒரேயொரு மதிலையும் அவர் உடைத்து விட்டிருந்தார். படுமுட்டாளான நானோ எம்மிடையே ஒரு மெல்லிய துணி மறைப்பு கூட இல்லையென்றுதான் இவ்வளவு காலமும் கருதியிருந்தேன். என்றாலும், 'எனது நந்தி' என்று எழுதி அவர் எம்மிடையே இருந்த ஒரேயொரு சுவரையும் உடைத்து விட்டிருக்கிறார். அது எவ்வாறு நிகழ்ந்தது? நான் எவ்வாறு இந்தளவு முட்டாளாகிப் போனேன்?

அவர் இவ்வளவு காலமும் என்னிடம் இதைத் தெரிவிக்காமல் இருந்தது நான் ஒரு சின்னப் பெண் என்று கருதியதாலாக இருக்கலாம் என்று இப்போது எனக்குத் தோன்றுகிறது. இப்போது நான் இந்த விடயத்தைப் புரிந்து கொள்ளும் பக்குவத்தை அடைந்திருக்கிறேன் என்று அவர் கருதியிருக்கக் கூடும். அத்தோடு அவர்தானே கடந்த வருடம் என்னிடம் பின்வரும் விடயத்தைக் கூறினார்.

'ஒருவருக்கு இன்னுமொருவர் மீது காதல் தோன்றுமாயின் அந்தக் காதலை அவரிடம் நேரடியாகத் தெரிவிப்பதில்

தவறேதுமில்லை. அது கருத்துச் சுதந்திரத்தில் சேரும். என்றாலும் பதிலுக்கு அதே அளவான காதல் திரும்பக் கிடைக்கும் என்ற எதிர்பார்ப்பை இல்லாமலாக்கிக் கொண்டுதான் அதை உரியவரிடம் தெரிவிக்க வேண்டும்.'

சிலவேளை அதைத்தான் அவர் இப்போது செய்திருக்கக் கூடும். என்னிடம் காதலைச் சொல்லி தனது மன பாரத்தை அவர் இறக்கி வைத்திருக்கக் கூடும். பதிலுக்கு அவர் என்னிடம் திருப்பி எதையும் எதிர்பார்க்காமல் இருக்கக் கூடும்.

இவ்வளவு காலமும் எம்மிடையே இருந்த தொடர்பும் ஒரு சாமான்ய தொடர்பு இல்லைதான். நாங்கள் எப்போதும் பேசிக் கொண்டிருக்கவில்லையாயினும், உரையாடிக் கொண்டிருக்கையில் அந்தப் பேச்சை இடைநிறுத்த முடியாத ஒரு வெப்பமும், உத்வேகமும் எமது அந்தப் பேச்சில் இருந்தது. எனது வாழ்க்கை அவ்வாறான விடயங்களால்தான் நிரம்பியது.

இப்போது நான் நந்துவின் கடிதத்துக்கு என்ன பதிலை அனுப்புவேன்?

பிரதீப்பையும், நந்துவையும் ஒரு தராசின் இரண்டு தட்டுகளிலும் வைத்தால் நந்து இருக்கும் பக்கம் தாழ்ந்து தாழ்ந்து தரையையும் பிளந்துகொண்டு போய் உள்ளே புதையும். அந்தளவு கனம்... அந்தளவு ஈர்ப்பு... அவ்வாறென்றால் காதல் என்று சொல்வது இதைத்தானா? மீண்டும் அதே கேள்விதான் எழுந்திருக்கிறது.

இப்போது நான் நந்துவின் கடிதத்துக்கு என்ன பதிலை எழுதப் போகிறேன்?

'அமைதியாக இரு. வளர்ந்தவளைப் போல பக்குவப்பட்டவளாக யோசி... யோசி... யோசி...' என எனக்கு நானே கட்டளையிட்டேன்.

முழு இரவும் தூக்கம் விழித்து யோசித்து அரைகுறையாக எழுதப்பட்டிருந்த கடிதத்தை மீண்டும் புதிய நாளொன்றில் எழுதத் தொடங்கினேன்.

நந்து, நான் இப்போது செத்துப் பிழைத்திருக்கிறேன். பாக்குவெட்டியில் அகப்பட்ட பாக்கினைப் போல நான் இப்போது ஆகியிருக்கிறேன். ஏன் நீங்கள் எனக்கு இவ்வாறு செய்தீர்கள்? எமது நட்பு இந்தப் பிரபஞ்சத்தைப் போன்றது. என்னால் அதில் பூமியொன்றாக மாத்திரம் இருக்க முடியாது. உங்களை ஒரு விண்கலமாக ஆகவும் அனுமதிக்க முடியாது. நான் இந்த சந்தோஷத்தை இழக்க விரும்பவில்லை. நீங்கள் என்னுடையவர்தான். நீங்கள் அதை சொல்லாமல் இருந்திருந்தால் கூட நீங்கள் என்னுடையவர்தான். நீங்கள்தான் என்னுடைய சூரியன். பூமி உட்பட அத்தனை கிரகங்களும் நான்தான். எனக்கு எல்லாவிதத்திலும் உங்கள் ஒளி எப்போதும் வேண்டும்.

நான் உங்களுக்கென முன்பு எழுதி வைத்திருந்த கடிதத்தின் எந்தவொரு சொல்லையும் கூட மாற்றாமல் உங்களுக்கு அனுப்புகிறேன், நந்து. என்றாலும் பிரதீப்பைக் குறித்து எனக்கு உங்களிடமிருந்து எந்தவொரு பதிலும் தேவையில்லை.

இனியும் நான் தடுமாற மாட்டேன். நான் என்ன செய்ய வேண்டும் என்று இப்போது எனக்குத் தெரியும். நான் அவனிடம் இன்னும் ஒரு மாத கால அவகாசத்தைக் கோருவேன். பின்னர் அவனது காதலை ஏற்றுக் கொள்வேன். அவனிடம் ஒரு நந்துவைத் தேடாமலிருக்க எப்படியாவது நான் எனது மனதைத் தேற்றிக் கொள்வேன். அவ்வாறிருந்தால்தான் அவனை அவனாகவே ஏற்றுக் கொள்ளும் அந்தக் காதலை நான் உணர்வேன்.

நீங்களோ எப்போதும் எனக்காக இருக்கிறீர்கள். நீங்கள் என்னுடையவர் என்று நீங்களே அந்த உரிமையை எனக்கு அளித்து விட்டீர்கள். இருந்தாலும் உங்களைக் காதலனாக ஏற்றுக் கொள்ளாமலிருப்பதில் எனக்கு எந்தக் கவலையுமில்லை என்று நான் ஒருபோதும் கூற மாட்டேன் நந்து. எனக்குக் கவலையாக இருக்கிறதுதான். உங்களைக் கட்டியணைத்தவாறு அழுது தீர்க்க வேண்டும். என்றாலும் அது நடை பெறாமல் இருப்பதுவே நல்லது. ஒருபோதும் என்னைத் தேடி வராதீர்கள். தப்பித் தவறியேனும்!

உங்கள் நந்தி.

***

அவர் நந்து. நான் நந்தி. ஆனால் எனது நிஜப்பெயர் மதுபிந்தி. இந்தப் பெயர் எனது அம்மாவின் கலையார்வத்துக்கு ஓர் அத்தாட்சி. அம்மா தனது வாழ்க்கையில் செய்ய முயற்சித்த அனைத்துக் கலைப்படைப்புகளினதும் பிரதிபலன் நான் என்றுதான் அம்மா எப்போதும் சொல்வாள். என்றாலும் இந்த அழகிய பெயரை என்னைத் தவிர மற்றுமொருவர் பயன்படுத்தினாரென்றால் அது பிரதீப் மாத்திரம்தான். ஏனைய அனைவருமே அவரவருக்குப் பிடித்த விதத்தில் எனது பெயரைச் சுருக்கித்தான் என்னை விளித்தார்கள். நந்துவோ கடந்த பன்னிரண்டு வருடங்களில் அவ்வப்போது ஒரு நூறு பெயரையாவது எனக்குச் சூட்டியிருப்பார். என்றாலும், அவருக்கு மிகவும் பிடித்த பெயர் நந்தி.

அன்று அந்தக் கதை அத்தோடு முடிந்து விட்டது என்றுதான் நான் நினைத்திருந்தேன். நான் பிரதீப்பின் காதலை ஏற்றுக் கொண்டு நந்துவின் காதலுக்குக் குறுக்காக ஒரு மதிலைக் கட்ட வேண்டும் என்றுதான் கருதியிருந்தேன்.

நான் அன்று நிறைய அழுதது உண்மைதான். அழுதழுது மனதைத் தேற்றிக் கொண்டு நந்துவுக்கு அந்தக் கடிதத்தைத் தபாலிட்டேன். அவ்வேளையில் அன்றே நான் பிரதீப்பின் காதலை ஏற்றுக் கொள்ளவே வேண்டும் என்பதில் உறுதியாக இருந்தேன். ஆகவே தெருவழியே அழுதழுது யோசித்தவாறேதான் அன்று தாமதமாக அலுவலகத்தை அடைந்தேன். ஏனைய தினங்களில் காலை எட்டு மணிக்கு முன்பே அலுவலகத்துக்கு வருபவள் உம்மணாமூஞ்சியோடு பத்து மணிக்கு வருகிறாளே என்றுதான் அலுவலகத்திலிருந்தவர்கள் எல்லோரும் என்னைத் தலையுயர்த்திப் பார்த்தார்கள்.

'உடம்பு சரியில்லை. அதான் தாமதமாகி விட்டது.'

எல்லோருக்கும் கேட்கும் விதமாக சத்தமாகக் கூறி விட்டு எனது கதிரையில் அமர்ந்து தலையை இரண்டு கைகளாலும் பிடித்துக் கொண்டேன். எனது கண்களிலிருந்த ஈரமும், உறக்கமற்ற முகத்திலிருந்த களைப்பும் எனது கூற்றை மெய்ப்பிப்பது போல உறுதிப்படுத்தின. பின்னர் தலையுயர்த்தி அலுவலக வேலைகளில் ஈடுபட்டேன்.

பெரும் சிரமத்தோடுதான் அன்றைய நாளைக் கடத்தினேன். பிரதீப்புக்கு என்னுடன் ஏதோ கதைக்கத் தேவைப்படுவதையும் நான் அவதானித்தேன். உண்மையில் நந்துவுடன் எனக்கு நடந்த அனைத்தையும் அவனிடம் சொல்வதா வேண்டாமா என்ற தடுமாற்றத்தோடுதான் அன்று நான் இருந்தேன்.

உண்மையில் நான் ஏன் பிரதீப்பைக் காதலிக்க வேண்டும்? எனக்கென்றொரு குடும்ப ஜீவிதம் இருக்கவே வேண்டும் என்பதால் மாத்திரமா? வீட்டிலிருந்து எனக்காகக் கவலைப்பட்டுக் கொண்டிருக்கும் அம்மாவுக்கும், அப்பாவுக்கும் ஓர் ஆறுதலை அளிக்க வேண்டும் என்பதால் மாத்திரமா? இவ்வாறு நான் எப்போது

வரைக்கும் நானே உருவாக்கிக் கொண்ட ஒரு புனைவுக்குள் வாழ்ந்து கொண்டிருப்பேன்? எனக்கென்று தனியானதோர் யதார்த்தமான வாழ்க்கை வேண்டும், இல்லையா?

கவிதைகளை வாசிப்பது, அவற்றை உணர்ந்து அனுபவிப்பது, திரைப்படங்கள் பார்ப்பது, புத்தகங்களை வாசிப்பது, எப்போதும் அடுத்தவர்களின் வாழ்க்கையைக் கண்டு கேட்டு மகிழ்வது, இல்லாவிட்டால் விமர்சிப்பது, இல்லாவிட்டால் அளந்து பார்ப்பது, அடுத்தவர்களை ஏமாற்றுவது, படுமோசமாக விமர்சிப்பது, பாரதூரமாக கேலி கிண்டல் செய்வது என்று ஒவ்வொரு கணத்திலும் நாங்கள் எம்மைச் சுற்றியுள்ள உலகத்தின் வாசகரொருவராக ஆகி நேரம் கடத்திக் கொண்டிருக்கிறோம்.

என்றாலும் நான் எப்போது இவ்வாறான உலகத்தின் ஒரு பங்குதாரராக ஆகப் போகிறேன்? இருபத்தேழு வயதாகியும் நான் இன்னும் உப்புச்சப்பற்றவளாகவும், பக்குவமடையாதவளாகவும் இருக்கிறேன். எனது மனதுக்குள் புகுந்து எனது சரீரம் முழுவதுமாகப் பரவியிருக்கும் இந்த நிசப்தத்தை உடைக்க நான் ஏன் இன்னும் பிரதீப்புக்கு இடமளிக்காதிருக்கிறேன்?

ஆகவே, அலுவலகம் முடிந்து போவதற்கு ஒரு சில நிமிடங்களே மீதமிருந்த நிலையில் நான் பிரதீப்பை அழைத்தேன்.

"இன்னிக்கு வேலை அதிகமோ?"

"இல்லை."

"இப்போ கிளம்பிடுவீங்களா?"

"ஆமாம்."

“சரி. என்னுடனேயே போகலாம். எனக்கு உங்களுடன் கொஞ்சம் கதைக்க வேண்டியிருக்கு” என்று அவனிடம் கூறி விட்டு அலுவலகத்திலிருந்து வெளியே வந்தேன்.

ஒரு முச்சக்கர வண்டியைக் கை நீட்டி நிறுத்தி அதில் ஏறினேன். அவனும் வந்து அதிலேயே ஏறிக் கொண்டான். வண்டிக்குள் நாங்கள் ஒரு வார்த்தை கூட பேசிக் கொள்ளவில்லை என்பதுதான் ஆச்சரியத்துக்குரிய ஒரு விடயம். நாங்கள் இறங்கிக் கொள்ள வேண்டிய இடத்தையும் திடீரென்று அவன்தான் தீர்மானித்தான்.

அது கடற்கரையோரமாக இருந்த ஒரு காஃபி ஷாப். அங்கு போய் அமர்ந்ததும் கடற்காற்று மிருதுவாக உடலில் மோதியது. அந்தக் காற்றைத் தடுத்து நிறுத்த சுவரோ, கண்ணாடியோ இருக்காததால் அந்தத் தென்றல் காற்று மிகவும் இதமாக இருப்பதை உணர்ந்தேன்.

நான் ஒரு வார்த்தை கூட பேசாமல் கடலையே பார்த்துக் கொண்டிருந்தேன். அவனும் ஒரு வார்த்தை கூட பேசவில்லை. நான்தானே கதைக்க வேண்டும் என்று அவனைக் கூட்டிக் கொண்டு வந்தவள். ஆகவே கடலையே பார்த்துக் கொண்டிருக்காமல் நான் அந்தத் தென்றலாக மாற வேண்டிய தருணம் இது என்பதை சற்று நேரத்தில்தான் நான் உணர்ந்தேன்.

“என்ன யோசிக்கிறீங்க பிரதீப்?”

“என்னால எதையும் யோசிக்க முடியல.”

“நான் சொல்லப் போவதைக் குறித்தல்ல. என்னைப் பற்றி என்ன நினைக்கிறீங்க?”

“இன்னிக்கு ஏதோ குழப்பத்தில் இருக்கீங்க.”

“ம்ம்... நான் ஒரு பெரிய பிரச்சினையில் மாட்டிக் கொண்டிருக்கிறேன் பிரதீப். அதைத்தான் நான் உங்ககிட்ட

சொல்ல விரும்புறேன். நான் பாடசாலைக்குப் போன காலத்தில் கூட எனக்கொரு காதலன் இருந்ததில்ல. நீங்க அதை நம்ப மாட்டீங்க. இதுவரைக்கும் அப்படிப்பட்ட ஒரு ஆசையையோ, தேவையையோ நான் உணரவேயில்லைங்குறதுதான் நிஜம். அதையும் உங்களால நம்ப முடியாமலிருக்கும். இதுவரைக்கும் ஆண் பெண் காதலைக் குறித்த எந்த அனுபவமும் எனக்கு இல்ல. எனக்கு அதைப் பற்றி எதுவும் தெரியாது. அனுபவமும் கிடையாது. அதைப் பற்றி இப்போது யோசிச்சுப் பார்க்குறப்பதான் எனக்கு ஏதோ நோய் இருக்குதுன்னு எனக்குத் தோணுது."

"எனக்கு ரொம்ப ஆச்சரியமா இருக்கு. உங்களைக் கண்டதுமே எல்லோருக்கும் உங்களைப் பிடிச்சுப் போறதை நான் என்னோட இந்தக் கண்களால கண்டிருக்கேன். இந்தக் காதுகளால கேட்டிருக்கேன். ஆனா நீங்களோ..."

"அது இப்போதானே? இப்போதும் கூட நான் என்னை விரும்புறவங்களுக்கு சம்மதம் தெரிவிக்கலையே. இப்பவே இப்படின்னா முன்னாடி எப்படியிருந்திருப்பேன்?! சின்ன வயசுல நான் தனியாத்தான் வளர்ந்தேன். பக்கத்து வீடுகள்லயும், சொந்தக்கார வீடுகள்லயும் பசங்கதான் இருந்தாங்க. அந்தச் சுற்று வட்டாரத்திலேயே நான் மாத்திரம்தான் ஒரேயொரு பெண்குழந்தை. என்னதான் நான் பொண்ணுன்னாலும் அப்போ என்கிட்ட பெண்மைக்குரிய எந்த அடையாளமும் இருக்கல. எனக்கு இருந்த கூட்டாளிகள் எல்லோருமே பசங்கதான். அதனால நானும் ஒரு பையன் போலத்தான் வளர்ந்தேன். ஒரு பையனைப் போல இருக்கும் ஒருத்தியை எந்தப் பையனாவது காதலிப்பான்னு நீங்க நினைக்கிறீங்களா? காதலிக்குற அளவுக்கு எந்தப் பையனும் என்னையும் ஈர்க்கல. இருந்தாலும் அப்பலருந்து எனக்கொரு நல்ல நண்பன் ஒருத்தர் இருக்கிறார். என்னை விட வயசுல

ரொம்பப் பெரியவர் அவர். ஏதோ என்னோட பாதுகாவலர் போலத்தான் அவர் அப்பலருந்து என்னோடு இருக்கிறார். நாங்க ரெண்டு பேரும் நல்ல நெருக்கமான நண்பர்களாகத்தான் பழகிட்டிருக்கோம். கடந்த பன்னிரண்டு வருஷமா நாங்க நல்ல நண்பர்களாக இருந்துட்டிருக்கோம்."

"சரி. அதுக்கு?"

"அவரும் எப்பவும் என்கிட்ட கேட்பார் இன்னும் மனசுக்குப் பிடிச்ச ஒருத்தனை சந்திக்கலையான்னு... அதுக்காகத்தான் உங்களை ஏத்துக்கலாம்னு முடிவெடுத்தேன். ஆனா..."

"ஆனா?"

"நிஜத்தைச் சொல்லணும்னா நான் உங்களை ஏமாத்த விரும்பல. உங்களை ஏமாத்திகிட்டே என்னோட வாழ்க்கையைக் கொண்டு செல்லத்தான் நான் நேத்திலிருந்து என்னோட மனசைத் தேத்திட்டிருந்தேன். ஆனா அந்த மனசு இதோ இந்தக் காத்தோடு அடிபட்டுப் போயிடுச்சு. உங்ககிட்ட எல்லா உண்மைகளையும் சொல்லிடணும்னு தோணுது. நான் அந்த நண்பனைத்தான் காதலிக்கிறேன்னு எனக்குத் தோணுது. அதனாலதான் எனக்கு வேறு யார் மேலயும் எந்த ஈர்ப்பும் வராம இருக்கு. பிரதீப், என்னால உங்களை மனதாரக் காதலிக்க முடியுமாக இருந்தால் அதுதான் இந்தக் கணத்துல நான் எடுக்கக் கூடிய மிகச் சரியான தீர்மானமாக இருக்கும். ஆனா, என்னால அதைச் செய்ய முடியாது. நான் எப்படி உங்க காதலை ஏத்துக்குவேன்? எனக்கு உங்களைப் பிடிச்சிருக்கு. ஆனால் இது காதல் இல்ல. உங்களை முழுசாக் காதலிக்கக் கூடிய ஒருத்தியே உங்களுக்குப் பொருத்தமானவள். ஒருத்தர் மேல உள்ள முற்றுமுழுதான விருப்பமே முழுமையான காதலாக மாறும். சம்பூரணமான காதல்ங்குற ஒண்ணு இந்த உலகத்துல இல்லாமலிருக்கலாம். இருந்தாலும்

நான் சொல்ல வர்றது உங்களுக்குப் புரிஞ்சிருக்கும்னு நம்புறேன்."

"சரி. அந்த நண்பன்கிட்ட உங்க காதலைச் சொல்லிட்டீங்களா?"

"அவருக்குக் கல்யாணம் ஆயிடுச்சு. இத்தனை காலமும் அவர் என்னோட நண்பர்ங்குறதாலயும், இதுக்கு முன்பு நான் யாரையும் காதலிச்சதே இல்லைங்குறதாலயும் நான் அவரைக் காதலிக்கிறேங்குறதே எனக்குப் புரியல. இப்போ கொஞ்சம் யோசிச்சுப் பார்த்தப்பதான் அது எனக்குப் புரிஞ்சது."

"உங்க மனசை மாத்திக்க முடியாதா?"

"மாத்திக்க எனக்குத் தெரியல."

"சரி. நீங்க உங்க மனசை மாத்திக்குற வரைக்கும் நான் காத்திருக்கேன். நீங்க உங்களோட உணர்வுகளுக்கு நேர்மையா இருக்கீங்கன்றது எனக்குப் புரியுது."

"என்னால அப்படிப்பட்ட வாக்குறுதியொண்ணைத் தர முடியாது. அதனால உங்க காலமும்தான் வீணாகும். நீங்க வேறொருத்தியைக் காதலிங்க பிரதீப். வாழ்க்கைங்குறது ரொம்பச் சின்னது. பரிசோதனை முயற்சிகள்ல ஈடுபட்டு காலத்தை வீணடிக்க வேணாம். எனக்காகக் காத்திருக்கவும் வேணாம்."

"இதை உங்களுக்கு நீங்களே சொல்லிக்கிறதுதான் பொருத்தமா இருக்கும்."

"எனக்குத் தெரியல. நீங்க என்னோட அந்தரங்கத்தைக் காப்பீங்கன்னு நம்புறேன். இதையெல்லாம் உங்ககிட்ட சொல்லியே ஆகணும்னு தோணுனதாலதான் சொன்னேன். இதோ இருக்கு... நீங்க தந்த மோதிரம். நான் போகணும்."

உரக்கச் சொல்லாத சின்னஞ் சிறிய கதை | 121

“உங்களுக்குத் தந்த மோதிரத்தை வேறு யாருக்கும் கொடுக்க முடியாது. இதை நீங்களே வச்சுக்குங்க. வாங்க... நானே உங்களை பஸ்ஸில் ஏத்தி விடுறேன்.”

பிரதீப்பின் மென்மையான தொனி கடுமையானதாக மாறியதை நான் அவதானித்தேன். இவ்வாறான பைத்தியக்காரத்தனமான பேச்சுகளைக் கேட்கும்போது யாருக்குத்தான் கோபம் வராது?! சாந்தமான தியானியொருவர் கூட தனது சாந்தத்தை இழந்து விடுவார். இருந்தாலும் எனது மனப்பாரம் சற்றுக் குறைந்திருந்தது. பிரதீப்பிடம் போலவே நந்துவிடமும் எல்லா உண்மைகளையும் நூற்றுக்கு நூறு சதவீதம் சொல்லி விடாமலிருக்கும் அளவுக்கு எனதுள்ளம் கல்லாகியிருந்தது. வளர்ந்தவளொருத்தியாக நான் பக்குவம் அடைந்திருந்தேன்.

மறுநாள் அலுவலகத்தில் பிரதீப்பின் முகம் வாடியிருப்பதை நான் அவதானித்தேன். அதற்கு நான்தான் காரணம் என்பதைப் போன்ற பார்வை அவனது நண்பனின் முகத்தில் இருந்தது. அவையல்லாமல் வேறு எவையும் புதிதாக நிகழவில்லை. நல்ல மனதுடைய பிரதீப் எனது நம்பிக்கையையும், ஆத்மகௌரவத்தையும் காப்பாற்றியிருப்பது எனக்குப் புரிந்தது.

உறக்கமில்லாமல், கண்ணீர் நிரம்பிய கண்களோடும், விம்மல்களோடும் இரவுகளைக் கழித்தவாறுதான் அந்தக் கிழமை முழுவதும் கழிந்தது. என்னைக் குறித்துத்தான் நான் கவலைப்பட்டுக் கொண்டிருந்தேன். சுயகழிவிரக்கத்தில் உதிக்கும் கண்ணீரானது ஏனைய அனைத்துக் கண்ணீர்களை விடவும் மிகவும் மோசமானது; அருவருப்பானது, சபிக்கப்பட்டது, இழிவானது, கடினமானது.

மின்னஞ்சலைப் புதுப்பித்துக் கொண்டே இருந்த போதிலும் நந்துவிடமிருந்து அவ்வளவு சீக்கிரமாக பதிலொன்றும் வந்து விடவில்லை. இரண்டு அரச விடுமுறை தினங்கள் வாரத்தின் நடுவே வந்ததால் தபால்கள் கூட வரத் தாமதமாகி விட்டிருந்தன. ஒரு சனிக்கிழமையன்று நான் எதிர்பார்த்திருந்த கடிதம் நந்துவிடமிருந்து வந்தது.

எனது நந்திக்கு,

எனது சின்னப் பெண் இவ்வளவு வேகமாக என்னை விட வளர்ந்தது எப்படி? எனது மதுபிந்தியின் வசனங்கள் என்னை மயக்கி விட்டன. உண்மையைச் சொல்வதானால் உனது வசனங்களால் நான் தினந்தோறும் மயங்கிப் போய்க் கிடந்தேன். ஆனால் நான் நிஜமாகவே மதுவருந்தி மயக்கத்தோடிருந்த ஓரிரவில் உனது புகைப்படத்தைக் கண்டு அதைத் திரும்பத் திரும்ப உற்றுப் பார்த்து உனது வசனங்களோடும், எண்ணங்களோடும் ஒப்பிட்டவாறே மீண்டும் மீண்டும் இன்பத்தின் உச்சத்தை எட்டிக் கொண்டிருந்தேன். சத்தியமாக நான் அவ்வேளையில் சுயநினைவை இழந்திருக்கவில்லை. உன்னைப் பார்த்து எனது சிந்தனை கூர்மையானது என்பதே உண்மை. ஆகவே நான் ஒரு விண்கலமாக மாறி நான் படம் பிடிக்க வேண்டிய இலக்கைக் கண்டடைந்தேன். அதை நான் எனது மதுபிந்தியிடம் எவ்வாறு தெரிவிக்காமல் இருப்பேன்? அந்த மதுபோதைக் கடிதத்தின் பின்விளைவுகளை நான் விரைவில் அனுபவிக்க நேரிடும் என்று எதிர்பார்த்தேன். என்றாலும் அந்த விளைவுகள் நல்லவையாகத்தான் மாறியிருக்கின்றன. You're the best thing that ever happened to me my darling.

I've had my share of life's ups and downs
But fate's been kind, the downs have been few
I guess you could say that I've been lucky
And I guess you could say, it's all because of you

If anyone should ever write my life story
For whatever reason there might be
You'd be there between each line of pain and glory
'Cause you're the best thing that ever happened to me
You're the best thing that ever happened to me

நான் இங்கு தனியாக ஒரு பாடலை முணுமுணுப்பது கேட்கிறதா உனக்கு? எனது இதயத் துடிப்பு புதுப்பிக்கப்பட்டிருக்கிறது. உன்னால்தான் அது நிகழ்ந்திருக்கிறது. எப்போதும் நீ எனக்குத் தரும் சந்தோஷத்தால்தான் அது சாத்தியமாகியிருக்கிறது.

நீ என்னைக் காதலிக்கிறாய் என்பதை நான் மெய்யாலுமே அறிந்திருந்தேன். உன்னால் என்னைக் கை விட முடியாது என்பதை நான் அறிந்திருந்தேன். என்றாலும் நீ என்னை இந்தளவு காதலிக்கிறாய் என்பதை நான் அறிந்திருக்கவில்லை. இந்தளவு காதல் உலகில் இருக்கிறதா என்பதைக் கூட நான் அறிந்திருக்கவில்லை நந்தி.

உண்மைக் காதல் என்பது புத்தகங்களில்தான் இருக்குமே தவிர இதயங்களில் இருக்காதே.

நீ கூறியிருந்த விடயங்களை வாசிக்கையில் சத்தியமாக உன்னருகில் நான் எந்தளவு சிறியவனாக இருக்கிறேன் என்பது எனக்குப் புரிந்தது. எந்தளவுக்கு நான் சிறியவனானேன் என்றால் உனது கால்

பெருவிரலின் நகக்கணுவினிடையே புகுந்துகொள்ளும் அளவுக்கு நான் சிறிதானேன். எனக்குத் தெரியாமல் நீ எவ்வாறு இந்தளவு வளர்ந்தாய் என்பதே எனக்கோர் ஆச்சர்யம்தான். உனது வாழ்க்கையின் எந்தவொரு வளர்ச்சியும் எனது கண்களின் பார்வை எல்லையிலிருந்து தொலைவாக நிகழாது என்றுதான் நான் இவ்வளவு காலமும் நினைத்துக் கொண்டிருந்தேன். என்றாலும் உண்மையில் நீயோ நான் காணாமலேயே என்னை விடப் பெரியவளாக வளர்ந்து விட்டிருக்கிறாய்.

கருணை மிகுந்தவளே; எனது வருத்தங்களைப் போக்குபவளே; இந்தப் பாவியை மன்னியும்! இவனது சுய விருப்பங்கள் குறித்து மனம் தளராதிரும்!

உன்னால் எனக்கு அளிக்கப்பட்டிருக்கும் இந்த அதிசிறப்புமிக்க, அதிஉன்னதமான, அதிதூய்மையான காதலானது என்னை உச்சத்துக்குக் கூட்டிப் போகிறது. இன்னும் தீராமல் சலனத்தோடு அலையடித்துப் பாய்ந்து பாய்ந்து என்னை மேலும் மேலும் உயரத் தூக்கி வைக்கும் அந்த உச்சத்தின் அற்புதமான நிகழ்வை எல்லையேயற்ற பரவசத்தோடு ஆராதிக்கிறேன் நான். அன்பே! அந்த அழகுணர்ச்சியுடனான ஆனந்தத்துக்குள் என்னை ஆழமாக மூழ்கடித்து உன்னுள்ளேயே என்னை வைத்துக் கொள்ளேன்.

உண்மைதான் பிரியமானவளே...! நாங்கள் சந்திக்காமலே இருப்பதால்தான் இந்த ஒருபோதும் வற்றாத ஆனந்தம் நிலைத்திருக்கிறது. எனது அமராவதியே, இந்த மஹா ஔடத ஞானம் உனக்கு எங்கிருந்து கிடைத்தது? ஒரு கைப்பிடி அரிசியைக் கொண்டு கஞ்சியும் காய்ச்சி, சோறும் வடித்து, பலகாரங்களையும் தயாரித்தெடுக்க

உரக்கச் சொல்லாத சின்னஞ் சிறிய கதை | 125

உன்னால் எவ்வாறு முடிகிறது? ஒரு சில வரிகளைக் கொண்டு இந்தளவு கனமானதும், ஆழமானதுமான அர்த்தங்களைத் தெரிவிக்க எப்படி முடிகிறது உன்னால்?

மீண்டும் இந்தப் பாவியை மன்னியும், இளவரசியே! பிரதீப்பைக் குறித்த உனது தகவலை நான் மறந்து விடவில்லை. நீ சொல்வது சரிதான். நீ என்னிடம் அந்தக் கேள்வியைக் கேட்கும் அளவுக்கு நான் பொருத்தமானவன் அல்ல. நீ என்னை முழுவதுமாகப் புரிந்து வைத்திருக்கிறாய்.

உனக்கு பிரதீப்தான் பொருத்தமானவன். அவனுக்கும் நீதான் பொருத்தமானவள். கடைசியில் பொருத்தமானவர்கள் இருவர் சந்தித்துக் கொண்டிருக்கிறீர்கள். விழிகளினோரங்களில் கண்ணீர்த் துளிகளைத் தேக்கி வைத்துக் கொண்டு என்னால் உங்களுக்காக கரகோஷம் செய்ய முடியும். உனது குணவியல்பை அவன் அமைதியாகப் பார்த்துப் புரிந்துகொண்டிருக்கிறான். உண்மையைச் சொல்வதானால் எனக்கு முன்பே அவன் உன்னை முழுமையாகப் புரிந்துகொண்டிருக்கிறான் என்பது புரிகிறது.

இளஞ்சிவப்பு நிற quartz கல் பதித்த வெள்ளி மோதிரம் கவிதைக்குப் பொருத்தமான ஒன்றுதான். அவன் உன்னிடம் யாசித்துக் கொண்டிருப்பது காதல் மாத்திரமல்ல. ஒரு புரிந்துணர்வின் ஆரம்பம். நிஜமாகவே அவன்தான் உனக்குப் பொருத்தமானவன் நந்தி. அவன் மீது நீயொரு களங்கமற்ற காதலைக் கொண்டிருக்க அதுவே போதுமானது. அவ்வாறென்றால், இந்தளவு தைரியமான, பயமற்ற, புத்திசாலியான, அழகாக எழுதக் கூடிய, அழகாக சிந்திக்கக் கூடிய பேரழகிக்காக

கடவுளும் கூட மிகச் சிரமப்பட்டு நேரமெடுத்து ஒருவனைப் படைத்திருக்கிறான். எனக்கு நிஜமாகவே மகிழ்ச்சியாக இருக்கிறது நந்தி.

இனிமேல் நாங்கள் என்ன செய்வது? நான் நந்து. நீ நந்தி. இந்த நந்தினிய சந்தர்ப்பத்தைக் கொண்டாட கடைசியாக ஏன் ஒரு தடவை நாங்கள் சந்திக்கக் கூடாது?

எனக்கு உடனடியாக ஒரு குறுந்தகவல் அனுப்பு. இதைப் பற்றி யோசித்து யோசித்தே உனது கடிதம் வரும்வரைக்கும் நாட்கணக்கில், வாரக்கணக்கில் என்னால் காத்திருக்க முடியாது நந்தி.

ஒரேயொரு தடவையாவது நாங்கள் சந்திப்போம். உனக்கென வாங்கி வைத்திருக்கும் பரிசுப் பொருட்களெல்லாம் என்னிடம் குவிந்திருக்கின்றன. தபாலில் உனக்கனுப்பும் பரிசுகள் பெரும்பாலும் உனது அம்மாவின் பரிசோதனைக்கு அகப்பட்டு விடுவதால் உனக்குரிய அனைத்தையும் தபாலில் அனுப்பி வைக்க முடியாதே. உனக்கென புத்தகங்கள் மாத்திரமா வாங்குகிறேன் என்று நீ கூட கேட்டு விட்டாய். உனக்காக வாங்கியவை புத்தகங்கள் மாத்திரமல்ல. என்றாலும் புத்தகங்களை மாத்திரம்தான் உனக்கனுப்பி வைத்தேன்.

ஆகவே இவ்வளவு காலமும் உனக்கென வாங்கி வைத்த அத்தனை சாதனங்களையும் உன்னிடம் ஒப்படைக்க வேண்டும். நானும் அவற்றை எவ்வளவு காலம்தான் பாதுகாத்துக் கொண்டிருப்பேன்?! பிரதீப்பிடம் சம்மதம் தெரிவிக்க ஒரு மாத காலம் அவகாசம் எடுத்துக் கொள். அந்த மாதம் முடிவடைவதற்கிடையில் நான் உன்னைச் சந்தித்து

உரக்கச் சொல்லாத சின்னஞ் சிறிய கதை | 127

அவற்றை உன்னிடம் கையளித்து விடுவேன். பரவாயில்லை அல்லவா?

ஒரேயொரு நாள். அதிலும் ஒரு சிறிய கால அவகாசம். அதற்கு மேல் நான் வேறு எதுவும் கேட்க மாட்டேன்.

உனக்கு மாத்திரமேயான,

நந்து.

கடந்த நாட்களில் எனது கண்ணீர் மொத்தமும் வரண்டு விட்டது என்றுதான் நினைத்திருந்தேன். ஆனால், இன்னும் எஞ்சியிருந்தது. கடவுளே..! இந்தளவு வர்ணனை! இந்தளவு காதல்!

இதுவரை என்னிடம் யாரும் ஒருபோதும் இவ்வாறு கூறியதில்லை. அவர்களுக்கு இவ்வாறு கூறவும் தெரியாதிருக்கும். ஒருபோதும் யார் மீதும் தோன்றாத ஓர் உணர்வை நான் நந்து மீது உணர்ந்தேன். மனதை உலுக்கும் மெல்லிய மோக இச்சையுடனான மின்னலொன்று எனது இருதயத்தை ஊடறுத்து வெட்டியது. இதயம் எனும் இருண்ட குகை சட்டென்று அதனால் பிரகாசமானது.

இதைத்தான் காதல் என்கிறார்களா? இதைத்தான் காதலில் கிடந்துழல்தல் என்கிறார்களா? இல்லாவிட்டால் இதைப் பொருட்படுத்தத் தேவையில்லையா? இதைப் பற்றி யோசித்துக் கொண்டேயிருந்தால் இந்த உணர்வுக்கு அடிமையாகி விடுவேனா?

அந்தக் கடிதத்தை பத்துத் தடவைகளாவது வாசித்து வாசித்து நீண்ட பெருமூச்சொன்றை விட்டதன் பிறகுதான் மனதிலிருந்த கவலைகளெல்லாம் மறைந்து விட்டது போல உணர்ந்தேன்.

சொற்ப நேரத்துக்கு மனதை அலைபாய விட்டு என்ன பாவகாரியத்தை நான் செய்யப் போகிறேன்?! நந்துவுக்குப் பதிலனுப்ப நான் ஏன் அவசரப்பட வேண்டும்? அவரும் கிடந்துழலட்டுமே! நான் பற்றியெரியும் இதே காதல் நெருப்பில் அவரும் கிடந்துழலட்டும்! அனைத்தும் எரிந்து சாம்பலாகும் முன்பு நான் அவரை மீட்டெடுப்பேன்.

நாளுக்கு ஒன்று என நந்து வெற்றிடங்களை அனுப்பிக் கொண்டிருந்தார். அதாவது எதுவுமே எழுதப்படாத வெறுமையான குறுந்தகவல்களை அனுப்பிக் கொண்டிருந்தார். என்னதான் அவர் மிகுந்த பதற்றமாக இருந்த போதிலும், என்னை வற்புறுத்த விரும்பாதது எனக்குப் புரிந்தது. அவரும் கூட அவ்வாறுதான் என்னைக் குறித்தும் கருதியிருக்கக் கூடும். என்றாலும் நான் பதிலனுப்பவில்லை.

உண்மையிலேயே அவர் சொல்வது போல மிகவும் எளிமையாக எமது சந்திப்பு முடிந்து விடுமா? அது எவ்வாறு வேண்டுமானாலும் முடியட்டுமே. ஒரே ஒரு நாள் சந்திப்பதில் என்ன தவறிருக்கப் போகிறது என்று தோன்றியது. பல வருடங்களாக இருக்கும் நட்பை காதலின் கீழே போட்டு புதைத்து விட வேண்டுமா என்ன? ஆகவே நான் என் மனதில் தோன்றியதையெல்லாம் குறிப்பிட்டு ஏழாம் நாள்தான் ஒரு குறுந்தகவலை அனுப்பினேன்.

நந்து,

பல்லாண்டுகளாகத் தொடரும் நட்பை காதலின் கீழே போட்டுப் புதைத்துவிடுவது எவ்வாறு? சரி. நாங்கள் சந்திக்கலாம். நீங்கள் நாளையே வந்தாலும் பரவாயில்லை. நான் அலுவலகத்துக்குப் போய் நீங்கள் வரப் போகும் நேரத்துக்கு ஏற்ப அரைநாள் விடுமுறை எடுக்கிறேன். உண்மையில் நீங்கள் எனக்கென வாங்கியிருக்கும் பரிசுகளை விடவும்,

உங்களை நேரில் காண்பதே எனக்குக் கிடைக்கக் கூடிய மிகப் பெரும் பரிசு.

ஐந்து நொடிகளில் அதற்குப் பதில் வந்தது.

Ok little darling. I'll come around 10.00AM and will call you.

எனது இருபத்தேழு வயது வரை நான் உணர்ந்திருக்காத உற்சாகத்தையும், உயிரோட்டத்தையும் அதன் பிறகுதான் எனதுள்ளம் உணர்ந்தது. மெய்யாகவே நான் நானாக மாத்திரம் ஆகியிருந்தேன். நாளை நான் எனது உற்ற நண்பனையும், எனது முதல் காதலையும் சந்திக்கப் போகிறேன். உண்மையில் அந்தக் கணத்தைக் கொண்டாட வேண்டும்; முதலாவதாக அல்லது கடைசித் தடவையாக!

மறுநாள் காலையில் அம்மாவின் குரலைக் கேட்டுத்தான் நான் எனது கற்பனை உலகத்திலிருந்து மீண்டேன்.

"மகளே, இன்னிக்கு வேலைக்குப் போற எண்ணம் இல்லையோ? ஒரு மணித்தியாலமா பாத்ரூமில் என்ன செய்றாய்? குளிக்கிறியா? நீச்சலடிக்கிறியா? போதாததற்கு இன்னிக்கு மழை வேறு. நியூமோனியாவைத் தேடிக் கொள்ளப் போறியா?"

மர பொம்மையொன்று பெண்ணாகியிருக்கிறது; பொய் சொன்னால் அதன் மூக்கு நீளமாகி விடும் என்று சிறு வயதில் பயப்படுவது போலவே நான் திடுக்கிட்டுப் போனேன். மறுகணமே குளியலறையின் கதவைத் திறந்துகொண்டு வெளியே வந்தேன்.

"அம்மா, தலையைத் துவட்டி விடுங்களேன்" என்று நான் கள்ளப் பூனை போல ஆகி அம்மாவைச் செல்லம் கொஞ்சினேன். அம்மா சிரித்தவாறே எனது தலையைத் துவட்டி விட்டாள்.

“இன்னிக்கு நீ ரொம்ப வாசனையாக இருக்கியே. இப்படியே கூந்தலை அவிழ்த்துப் போட்டு நீ தெருவுல போனா கண் பட்டுடும். அப்புறம் முடி உதிரத் தொடங்கும். நான் இப்போதைக்கு லேசா பின்னி விடுறேன். ஆபிஸுக்குப் போனதுக்கப்புறம் அவிழ்த்து விட்டுக்கோ, சரியா? இல்லேன்னா தலைவலி வரும்” என்று தலைக்கு ஆடிகொலோனைத் தடவியவாறே வழமையாகச் சொல்லும் உபதேசங்களைக் கூறிக் கொண்டிருந்தாள் அம்மா.

காலையில் எழுந்ததிலிருந்தே எனது இருதயம் வேகமாக படபடத்துக் கொண்டிருந்தது. காலை பத்து மணிக்கு நந்து வருவதற்கு முன்பே எனது உயிர் போய் விடுமோ என்று கூட அவ்வப்போது எனக்குத் தோன்றியது. இந்தளவு உத்வேகத்தையும், அருஞ்சுவையான பேரின்பத்தையும் உணர்கையில் இரண்டு கிழமைகளாக அழுது வடிந்து கொண்டிருந்தேன் அல்லவா என்பது கூட எனக்கு மறந்து விட்டது.

அலுவலகத்துக்கு வந்ததிலிருந்து அடிக்கடி நேரம் பார்த்தேன். எப்போது பத்து மணியாகும் என்று பார்த்துக் கொண்டேயிருந்தேன். அன்று எனது முகாமையாளர் வந்திருக்கவில்லை. எனது பிரிவுக்குப் பொறுப்பானவரிடம் போய் எனது நண்பரொருவரைச் சந்திக்கவிருப்பதாகவும், மதிய உணவை அவருடன் அருந்த வேண்டும் என்றும் இன்னும் கொஞ்ச நேரத்தில் நான் வெளியே போக வேண்டும் என்றும் கூறி அவரிடம் அனுமதி கோரினேன். அதற்கு முன்பே எனது அலுவலகத் தோழர்களிடம் விடயத்தைக் கூறியிருந்ததால், நந்துவிடமிருந்து தொலைபேசி அழைப்பு வந்ததுமே கைப்பையைத் தூக்கிக் கொண்டு கீழே அவசரமாகப் போக என்னால் முடிந்தது.

கருநீல நிற டெனிம் காற்சட்டைக்கு, இளநீல நிற லினன் ஷேர்ட் ஒன்றை அணிந்து, மீசை தாடியையும், தலைமயிரையும் அளவாக வெட்டியிருந்த வாலிபராகவும் தெரியாத, வயதானவராகவும் தெரியாத, நேர்த்தியானவராகவும் தெரியாத, நேர்த்தியில்லாதவராகவும் தெரியாத ஒருவர் நான் படியிறங்குவதையே பார்த்துக் கொண்டிருந்தார். இதழோரமாகச் சிரிக்கும் அவரது அந்தப் பழைய புன்னகை மாத்திரம் இல்லையென்றால் என்னால் அவரை அடையாளம் கண்டிருக்கவே முடியாது.

"நந்து..." என்று கத்தியவாறே நான் ஓடிப் போய் அவரைக் கட்டியணைத்துக் கொண்டேன். எனது வேகத்துக்கு அவர் கீழே விழுந்திருக்க வேண்டும் என்றாலும் அவரோ உடனடியாக என்னை இறுக்கமாகக் கட்டியணைத்துக் கொண்டார். எனக்கு மூச்சுத் திணறும் அளவுக்கு ஓர் இறுக்கமான அணைப்பு அது. அரவணைத்தல் என்பது இதுதானோ? அவ்வாறெனில் இது ஒரு மிகச் சிறப்பான அனுபவம்தான் என்று தோன்றியது. அந்த அரவணைப்புக்கு சில வினாடிகளே எடுத்தன என்றாலும் அந்தத் தருணமானது மிகவும் மெதுவாக மீண்டும் மீண்டும் நினைத்துப் பார்க்க முடியுமான ஓர் இனிய தருணமாக அது மாறியிருந்தது.

"வா... போகலாம்" என்று அவர் எனது கையைப் பற்றிக் கொண்டார்.

அந்தக் கணத்தில் எனக்கோ, அவருக்கோ சுற்றுச் சூழலைப் பற்றிய எந்த உணர்வும் இருக்கவில்லை என்றே எனக்குத் தோன்றியது. அந்தச் சமயத்தில் அவரது விழிகளிலிருந்து வெளிப்பட்டது சாதாரண ஒளிக் கீற்றுகளல்ல. அவர் முழுமையான சூரிய ஒளியைப் பரப்பியவாறு என்னைப் பார்க்கையில், நான் நிலவு போல மென்மையாக அந்த ஒளியை ஏற்றுக் கொண்ட போதிலும், எனது தொண்டையிலிருந்து அடி வயிறு வரைக்கும் அந்த

ஒளி என்னை மோகத்தில் எரிய வைப்பதை நான் உணர்ந்தேன். இது எனக்கு மிகவும் அசாதாரணமான ஒன்று. எனக்குப் பைத்தியம் பிடிக்கப் போகிறதா? என்ன நடந்து கொண்டிருக்கிறது எனக்கு?

"ஏன் வெட்கப்படுறாய்? வாகனத்தில் ஏறு."

"நான் வெட்கப்படுறது போலவா தெரியுது உங்களுக்கு?"

"வெட்கப்படுவது போல இல்ல. நிஜமாகவே வெட்கப்படுறாய். உன்னோட முகம் சிவந்திருக்கு. இவ்வளவு வேகமா உன்னோட நெஞ்சு துடிச்சா உன்னோட ரவிக்கையின் பொத்தான்கள் கூட தெறிச்சு விழும்."

"நந்து, எப்படி நீங்க இந்தளவு என்னோட மனசைப் படிக்கிறீங்க?"

"வருஷக் கணக்கா என் கூடவே இருக்குற மனசொண்ணை நான் எப்படிப் படிக்காமல் இருப்பேன்?"

"ஆரம்பிச்சிட்டீங்களா? இப்படிப்பட்ட உங்க வார்த்தைகளாலதான் என்னால இத்தனை காலமும் ஒரு காதலனைத் தேடிக் கொள்ள முடியாமப் போச்சு. எப்பவோ கல்யாணம் ஆகி, அம்மாவாகி குழந்தை குட்டிகளோட இருக்க வேண்டிய ஆள் நான்."

"இப்பவும் நீயொரு சின்னப் பெண்தானே? ஏன் அதற்குள் தாயாகப் பார்க்கிறாய்?"

ஒரு கையால் வாகனத்தின் சுக்கானைக் கையாண்டு கொண்டே எனது வலக்கரத்தை இறுக்கமாகப் பிடித்து அழுத்தினார். எனக்கு வலித்த போதிலும், அதிலும் ஒரு சுகத்தை நான் உணர்ந்தேன். அவர் மேலும் மேலும் அழுத்தினார். நானோ வலிக்கிறதென்று சொல்லவேயில்லை.

"ஏன் கதறாமல் இருக்கிறாய்? நான் வேண்டுமென்றேதான் உன்னை நோவிக்கிறேன்."

"யாருக்குக் கேட்க நான் கதறணும்? இப்போது என்னை யாரும் காப்பாற்றுவதை நான் விரும்பல."

"இப்படிச் சொல்வதற்காகவே உன்னோட உதடுகளைக் கடித்து வைக்கத் தோணுது எனக்கு. உன்னோட இதுபோன்ற வசீகரமான வார்த்தைகளாலதான் என்னால என் கூட இருக்கும் எந்தப் பெண்ணிடமும் முழுமையான இன்பத்தை அனுபவிக்க முடியாமல் இருக்கு. இப்படியே போனால் நான் சாகும்தருவாயில் கூட எனக்குத் தண்ணீர் தர வளையல் அணிந்த கரம் ஒன்று கூட எனக்கு அருகில் இருக்காதுன்னு தோணுது" என்று கூறியவர் எனது கையைக் கை விட்டு தனது இரு கரங்களாலும் சுக்கானத்தை இயக்கத் தொடங்கினார்.

நான் அதிர்ந்து போனேன். மறு கணமே மீண்டும் புன்னகைத்தவாறு எனது கையை மென்மையாகப் பிடித்துக் கொண்டார்.

"என்ன பயந்துட்டியா? நான் ஒண்ணும் விருப்பத்தோடு உன்னோட கையை விடவில்லை. முன்னால போலீஸ் நின்னுட்டிருந்ததை நீ கவனிக்கலையா? அதான் கை விட்டேன். சரி. சொல்லு."

"உங்களுக்கு திடீர்னு என்ன ஆச்சோன்னு நான் பயந்துட்டேன்."

"நீ ரொம்ப அழகாகிட்டாய். இதுவரை உனக்கு எவனும் இருக்கலைன்னு பொய் சொன்னியா?"

"உங்களுக்குப் பைத்தியமா நந்து? என்ன பேசுறீங்க?"

"உன்னைக் கோபப்படுத்திப் பார்க்க எனக்கு இனிமேல் வேறு சந்தர்ப்பம் கிடைக்காதே நந்தி. முன்பெல்லாம்

உன்னை யாராவது அழகின்னு சொன்னால் உன்னோட நெஞ்சு பூரிச்சுப் போகும்னு சொல்வாய். அதான் இப்போ அழகின்னு சொல்லி உன்னோட நெஞ்சு பூரிக்குதான்னு பார்த்தேன்."

"என்னோட நெஞ்சு இதை விடவும் பூரிச்சுப் போகும் நாள் இனிமேல் வராது நந்து. எனக்குக் காதலனே இருக்கலைங்குறதை நீங்களல்லாமல் வேறு யார்தான் அறிவார்?!"

"மனசைப் போட்டுக் குழப்பிக்காதே. இன்னிக்கு நம்ம வாழ்க்கையில சந்தோஷம் மாத்திரமே இருக்கணும். நான் ஏதோ ஆசையில, பொறாமைல, ஏக்கத்துல அப்படிச் சொல்லிட்டேன். உன்னோட பரிசுத்தமான முகமும், தோற்றமும் ஆம்பளைங்களோட ஆழ் மனசுல இருக்குற அழுக்கையெல்லாம் கிளப்பி விட்டுடுது. மூளையும் இருக்கும் பெண்களுக்கு அழகான முகமும் இருக்கக் கூடியதைப் பற்றி நான் ஆய்வொண்ணு செய்யப் போறேன். இயற்கையும் கூட தவறிழைக்கக் கூடுமே. நீ கூட அவ்வாறு இயற்கைக்கு முரணாகப் பிறந்த அறிவுடன் கூடிய பேரழகியொருத்தி."

"நந்து... நீங்க சொல்றதைக் கேட்டு இப்போ என்னோட நெஞ்சு பூரிச்சுத் ததும்புது."

"பார்க்க அப்படித் தெரியலையே. தொட்டுப் பார்க்கட்டுமா?"

"இப்போ நல்ல பிள்ளை போல தெருவைப் பார்த்து வாகனத்தை ஓட்டுங்க. போலீஸ் பிடிக்கும். இல்லேன்னா விபத்துக்குள்ளாகும். வேணும்னா வாகனத்தை ஒரு ஓரமா நிறுத்திட்டு நாங்க பேசிட்டிருப்போம்."

"அடடா. எவ்வளவு பெரிய வாயாடியா இருக்கே நீ? மெல்லிய நூலொண்ணால யானையைக் கட்டி மேய்க்கிற

பொண்ணு நீ” என்று கூறியவாறே சத்தமாகச் சிரித்தார் நந்து.

இந்த உலகில் கவலை என்ற ஒன்றும் இருக்கிறது என்பதையே அவரது சந்தோஷச் சிரிப்பைக் கண்டதும் மறந்து விட்டேன் நான். ஆனந்தக் கண்ணீர் துளிர்க்கும் வரைக்கும் நாங்கள் இருவரும் மிகச் சத்தமாக சிரித்து மகிழ்ந்தோம். உண்மையில் எமக்கு வேறு எதுவுமே ஞாபகத்தில் வரவில்லை. நாங்கள் எங்களிருவரைப் பற்றி மாத்திரமே நினைத்தோம். காதலின் இந்த அபூர்வமான பரவச நிலையையும், சௌந்தர்யமான ஞானத்தையும் அன்பான காதல் ஜோடிகள் அனைவருமே வாழ்க்கையில் ஒரு தடவையாவது அனுபவித்திருக்க வேண்டும்.

“நாம எங்கே போயிட்டிருக்கோம்னு கேட்க மாட்டியா?”

“இன்னிக்கு உங்களோடு இருக்கப் போகும் இந்தக் காலம் முழுவதுக்கும் நான் என் மேல உள்ள அத்தனை உரிமைகளையும் எந்த வரையறையுமின்றி உங்களுக்குக் கொடுக்கிறேன். அதனால நீங்க என்னை எங்கே கூட்டிட்டுப் போனாலும் பரவாயில்ல.”

“அடடா... அந்தளவு தைரியம் மிகுந்தவளா நீ?”

“இல்லை... அந்தளவு காதல் மிகுந்தவள்.”

அவ்வேளையில்தான் அவர் சட்டென்று பேசுவதை நிறுத்தினார். ஒரு பாழுந் தெருவில் வைத்து தனது விரல்களுக்குள் பொத்தி வைத்திருந்த எனது கையை எடுத்து முத்தமிட்டார். அந்தப் பாழுந் தெருவில் சென்று ஓரிடத்தில் தெரிந்த ஒரு பெரிய தென்னந்தோப்பின் நடுவில் வாகனத்தை நிறுத்தினார்.

மனித நடமாட்டமே இல்லாத ஒரு வளமான பூமி அது. நான் எதுவும் சொல்லவில்லை. அவர் சாரதி

இருக்கையிலிருந்து இறங்கி நான் அமர்ந்திருந்த இடத்துக்கு வந்தார். அவ்வேளையில் மழை தூறிக் கொண்டிருந்தது.

"பல்லக்கிலிருந்து இறங்குங்கள் எழில் மிகுந்த பேரரசியே!"

"ஏன் இந்தத் தென்னந்தோப்புக்கு வந்திருக்கீங்க? எனக்காக ஏதாவது சிலை வைக்கப் போறீங்களா?"

"உனக்காக வேணும்னா ஒரு கோயிலையே கட்டுவேன் பெண்ணே. இப்போ தயவுசெஞ்சு முன்னிருக்கையிலிருந்து இறங்கி பின்னிருக்கைக்கு வா. இந்தப் பயணம் இன்னும் முடியல. இப்போதான் ஆரம்பிச்சிருக்கு" என்று அவர் உத்தரவிட்டதும் நான் அதற்குக் கீழ்ப்படிந்தேன்.

பின்னிருக்கையில் அமர்ந்து மூச்சை ஆழமாக உள்ளிழுத்தேன். அவரும் வந்து என்னருகே அமர்ந்து அந்த ஆசனத்தைச் சாய்த்து படுக்கை போல மாற்றினார். எனக்கு மெலிதாக வியர்த்தது. தைரியமான பெண் சட்டென்று கோழையாக மாறியிருந்தாள்.

"ஏன் ஒருமாதிரியாக இருக்கிறாய்? ஏசி போதாதா? கூட்டட்டுமா?"

"வேணாம் நந்து. நீங்க பக்கத்துல இருக்கும்வரைக்கும் இந்த இடம் குளிராக இருக்காது."

"என்ன பயந்துட்டியா? சண்டி ராணி பயந்துட்டாளா?"

"இல்லையே... நான் எதுக்கும் பயப்படலயே."

"இதோ பாரு. நான் உனக்காக வாங்கியிருக்கிற பரிசுகளை. இவையெல்லாம் காதலுக்காக வாங்கியவை. பொண்ணுங்களுக்கு பரிசுகளை வாங்கிக் கொடுத்த பழக்கமே எனக்கில்லை. பொதுவாக பொண்ணுங்களுக்கு எதையும் வாங்கிக் கொடுத்து திருப்திப்படுத்த முடியாது. நீயோ என்னுடைய செல்லப் பொண்ணு. உனக்கு

உரக்கச் சொல்லாத சின்னஞ் சிறிய கதை | 137

எவையெல்லாம் பிடிக்கும்னு எனக்கு நல்லாத் தெரியும்கிறதால அவையெல்லாம் கண்ணுல பட்டப்ப உனக்காக வாங்கி வைக்கத் தோணுச்சு. ஆனா தோணியது எல்லாத்தையுமே நான் வாங்கல."

நந்து எமக்குப் பின்னால் வைக்கப்பட்டிருந்த பயணப் பையை எடுத்தார். நான் நிம்மதிப் பெருமூச்சு விட்டேன். பாரிஸிலிருந்து வாசனைத் திரவியங்களும், சீனாவிலிருந்து மர பொம்மைகளும், டிஜிட்டல் கேமரா ஒன்றும், இந்தியாவிலிருந்து ஆடைகளும், பல வர்ண வளையல்களும் என எனது ஆழ்மனதிலிருந்து கண்டுபிடித்த எனது ஆசைகளின் மொத்தமும் அந்தப் பைக்குள் இருந்தன. நான் சந்தோஷத்தில் பூரித்துப் போனேன்.

பைக்குள் குடைந்து குடைந்து நான் வெளியே எடுத்த ஒவ்வொரு பரிசைக் குறித்தும் என்னிடம் சொல்ல அவரிடம் ஓரோர் அழகிய பின்னணிக் கதைகள் இருந்தன. சிலவற்றில் அவரே ஒரு சிறு குறிப்பை ஒட்டி வைத்திருந்தார். நட்புக்கானவை மாத்திரமல்லாமல் காதலுக்காகவும், மோகத்துக்காகவும் கூட சில பரிசுப் பொருட்கள் அவற்றுள் இருந்தன. என்றாலும் அவை அனைத்திலும் பொதுவாக பேரன்பே படிந்திருந்தது. அவ்வாறாக இரண்டு அல்லது மூன்று மணித்தியாலங்கள் பரிசுகள், அவற்றின் கதைகள், பயணங்கள், கடந்த வருடக் கதைகள் என காலம் ஓடியது. அவரது கதைகளுக்கென்றால் முடிவே இருக்கவில்லை.

"பிடித்திருக்கிறதா?"

"இல்லையா பின்னே?"

நான் மீண்டும் மீண்டும் பரிசுகளைத் தேடித் தேடி பையைக் குடைந்து கொண்டிருக்கையில் நந்து தண்ணீர் குடித்துக் கொண்டிருந்தார். பின்னர் போதும் என்று சொல்வதைப் போல பையை மூடி அதை எடுத்து

பின்னால் வைத்தார். கதவைத் திறந்து தனதிரு கைகளையும் கழுவிக் கொண்டார்.

"சாப்பிட ஏதாவது எடுத்துட்டு வந்திருக்கீங்களா? கை கழுவுறீங்க?"

"சாப்பிடவா? உனக்கு சாப்பிடுவது மாத்திரம்தான் பிடிக்குமா எப்போதும்? எந்நாளும்தான் சாப்பிடுகிறோமே. இன்னிக்கு ஆகாரம் காதல். கை தழுவியது எதுக்காகத் தெரியுமா? ஒருபோதும் எந்தவொரு ஆணின் ஸ்பரிசமும் பட்டிராத பரிசுத்தமான, உன்னதமான, அழகான ஒன்றை முதன்முதலா இந்தக் கைகளால தொடப் போறேன். எனக்கு அதுக்கான முழுமையான உரிமையை நீ இன்னிக்குத் தந்திருக்குறதால நான் நல்லாப் பயந்து போயிருக்கேன். இப்போ நான் அதை எதில் தொடங்குறதுன்னுதான் தடுமாறிட்டிருக்கேன். அதுக்கு நான் பொருத்தமானவனான்னு கூட எனக்குத் தெரியல."

எனக்கோ வார்த்தைகளே வரவில்லை. மீண்டும் வியர்த்தது. இத்தனை காதலை வைத்துக் கொண்டு ஓர் ஆணும் பெண்ணும் தனித்திருக்கையில் இந்தளவு பயத்தை உணர முடியுமா? நானோ மிகவும் பயந்து போயிருந்தேன். ஆனால் நந்து எதற்காகப் பயப்பட வேண்டும்? ஆண்களுக்குப் பயம் தோன்றுமா என்ன?

நான் அவரது இடது கையை எனது வலது கைக்குள் வைத்துக் கொண்டு அவரது தோளில் சாய்ந்தேன். எனது சிறிய தலைக்கு அவரது அகன்ற தோளில் ஒரு பெரிய இடமே இருந்தது. அவரோ தனது இடது கையை எனது கையிலிருந்து எடுத்து அதற்குப் பதிலாக வலதுகையைப் பிடித்துக் கொள்ளச் செய்தார். தொடர்ந்து அவர் தனது இடது கையை எனது தோளில் இட்டு எனது கூந்தலுக்குள் விரல் நுழைத்தார். நான் அவரது நெஞ்சில் சாய்ந்து கொண்டேன். ஒருவர் இந்தளவு காதலோடு

தலையைத் தடவிக் கொடுக்கையில் எத்தனை சுகமாக இருக்கிறது என்று எனக்குத் தோன்றியது.

அவரோ எனது உச்சந் தலையை முத்தமிட்டுவிட்டு எனது தலையை நிமிர்த்தி கன்னங்களில் முத்தமிட்டார். அத்தோடு நின்று விடாமல் கன்னங்களிலிருந்து இமைகளைக் கூட விடாமல் முகம் முழுவதும் முத்தமிட்ட அவரது ஈருதடுகளும் எனது ஈருதடுகளின் மீது தரித்திருந்தன. என்றாலும் அதற்கு மேல் பயணிக்க நான் விடவில்லை. அந்த உதடுகளோ மீண்டும் மீண்டும் போராடின. மாயங்களை நிகழ்த்தின. மீண்டும் மீண்டும் மூடிய கதவைத் தட்டிக் கொண்டேயிருந்தன. கெஞ்சின. இதனிடையே அவரது விரல்களும் எனது உடல் முழுவதும் தனது உரிமைகளை நிலைநாட்ட மென்மையாகவும், வன்மையாகவும் போராடிக் கொண்டேயிருந்தன.

ஒரு கட்டத்தில் எனதுடல் மெதுவாக அவற்றின் தீண்டல்களுக்கு இசைந்து கொடுத்தது. மூடியிருந்த கதவைத் திறக்க வேண்டி வந்தது. அவ்வளவு நேரமும் புதையுண்ட பொருளொன்று போல அப்படியே கிடந்த எனது மேனியின் சதைகளும் எலும்புகளும் நரம்புகளும் கரைந்துருகி உணர்வூட்டப்பட்டு விழித்துக் கொண்டன. தூங்கும் அழகியின் நீண்ட உறக்கத்தைத் திருடிக் கொண்ட அந்த ஈர ஈரமான, நீள நீளமான முத்தங்களுக்கு முடிவேயிருக்கவில்லை என்றாலும் அவை திசைகளை மாற்றிக் கொண்டு மிகுந்த மோகத்தோடும், வேகத்தோடும் கீழே பாய்ந்து கொண்டிருந்தன. கடைசியில் கரைந்து கரைந்து ஒரு துளியாகி ஒரு பொதியாகித்தான் நாங்கள் ஓய்ந்தோம்.

"நந்து!"

"ம்ம்."

"ஏன் பேச மாட்டேங்குறீங்க?"

“எனது வார்த்தைகள் கரைந்து விட்டன.”

“உங்களுக்கொண்ணும் இது புதுசில்லையே. எனக்குத்தான் புதுசா இருக்கு.”

“நீ புதுசுங்கறதால நமக்கிடையே நடந்த எல்லாமே புதுசுதான்.”

“கவிதை போல பேசுறீங்க.”

“நீயோ கவிதை போல பக்கத்திலேயே இருக்கிறாய். அதனால நான் எப்படி கவிஞனாகாம இருப்பேன்? நீ நல்ல வாசனையோடு இருக்கிறாய். அதுதான் கன்னி வாசனை. உன்னோட அருகாமையே எனக்கு ரொம்ப இன்பம் தருது. அதுதான் சந்தோஷம். உன்னை எப்பவும் என் பக்கத்துலயே வச்சுக்க முடியாது. அதுதான் கவலை. இன்னிக்கு போல இன்னுமொரு நாள் எனக்குக் கிடைக்காது. அதுதான் பெருந்துயரம்.”

“உங்க பேச்சு மாத்திரம்தான் மென்மையாக இருக்கு. எவ்வளவு மோசமாக என்னைப் பிடித்துக் கசக்கினீங்க தெரியுமா? பிடிச்சுக் கசக்கி, கடிச்சு உடம்பு மொத்தமும் சிவந்து கன்றிப் போயிருக்கு. அம்மா கண்டால் என்ன ஆகும் தெரியுமா? எனக்கு பயமாயிருக்கு.”

“சரி. உன்னோட கன்னித்திரைக்குத்தான் நான் எதுவுமே பண்ணலையே... இந்தத் தழும்பெல்லாம் அதுவாகவே மறைஞ்சிடும்.”

“அப்போ என்னோட கன்னித்திரை மேலே உங்களுக்கு ஒரு அக்கறை இருந்திருக்கு. இல்லையா?”

“உனக்கு அதோட பெறுமதி தெரியலைன்னாலும், உன் கூட இருக்கிறவங்களுக்கு அதுதான் ரொம்பப் பெறுமதியான, உன்னோட நடத்தையை அளவிடுற அளவுகோலாக இருக்கும். உன்னோட அம்மாவுக்கு,

உரக்கச் சொல்லாத சின்னஞ் சிறிய கதை | 141

உன்னோட புருஷனுக்கு, அந்தப் புருஷனைப் பெத்த உன்னோட மாமியாருக்கு... இப்படி. அதுபோலத்தான் எனக்கும். நிஜ வாழ்க்கைல பொண்ணுங்களோட நிலைமை இதுதான். நீ எனக்காகக் காத்திருந்த அந்தக் காத்திருப்போடும், காதலோடும் ஒப்பிட்டுப் பார்க்கிறப்ப இதுல எந்த மாய மந்திரமுமில்லை நந்தி. எனக்கு உன் மேல் கொள்ளை ஆசை இருக்கு. நான் வேணுமின்னே உன்னை நோவிக்கல. உன் மேல உள்ள காதலாலும், ஆசையாலும் அது தானா நடந்தது. என்னுடைய பொறியில் அகப்பட்ட முதலாவது கன்னிப் பொண்ணு நீ. போதாதற்கு இந்தக் கன்னிப் பெண்ணின் முதலாவதும் விஷேடமானதுமான காதலன் நான். அப்படிப் பார்க்கும்போது இது எந்தளவு இனிமையான ஒத்திசைவான நிகழ்வுன்னு யோசிச்சுப் பாரு. கன்னிக் காதலும், கன்னியின் தேகமும்! அதிதூய்மையான காதலும், பரிசுத்தமான காமமும்! இவையனைத்தும் ஒன்று சேர்ந்து ஓரிடத்தில் ஒன்றாகப் பிணைந்த, முழுமையான பத்தினித்தனம் கலந்த ஓர் அருமையான, அபூர்வமான, அதிதூய்மையான, உன்னதமான தருணம் இது. இன்னிக்கு முழுக்க உன்னை நீ என்கிட்ட ஒப்படைத்திருக்கிறாய். இல்லையா? நீ வீட்டுக்குப் போய் இந்தத் தழும்பையெல்லாம் பார்க்குறப்ப உனக்கு என்னோட ஞாபகம்தான் வரும். நாளைக்கும் என்னைத்தான் நினைச்சுட்டேயிருப்பாய். அப்படியே நாளன்னிக்கும்..."

"போதும்... போதும்... பன்னிரண்டு வருஷமா உங்களையே நெனச்சுட்டிருந்தது இந்த மாதிரி எதுவும் நடக்காமலேதானே? இனிமேல் எப்படி மறப்பேன்? என்னோட வாழ்நாள் முழுக்க இந்த ஞாபகம் இருந்துட்டேதான் இருக்கும். நீங்க தொடுறதுக்கு என்னோட தேகம் மாத்திரம்தான் மிச்சமிருந்தது. இப்போ அதிலும் ஞாபகங்களைப் பதிச்சிருக்கிறீங்க. இந்த ஞாபகமெல்லாம் ஒருபோதும் அழியாது. என்னோட

ரத்தம், சதை, நரம்புகளையெல்லாம் ஊடறுத்து இந்தத் தழும்புகள் எனக்குள்ளே ஆழமாக இறங்கியிருக்கு இப்போது. ஒரு நாளை எப்படி நல்ல விதமா தொடங்கி எப்படி நல்ல விதமா முடிக்கணும்னு உங்களுக்குத்தான் தெரிஞ்சிருக்கு நந்து. ஒரு காதல்னா அதுல ஏதாவது ரகசியம் இருக்கணும். ஒரு காதல்னா அதுல ஏதாவது இழப்பு இருக்கணும். தவறுகளும், இடைவெளிகளும் அதுல கண்டிப்பா இருக்கணும். இவையெல்லாம் ரெண்டு மனசுகளிலும் ஒரே மாதிரியா இருக்கணும். எந்த அனுபவமுமில்லாத எனக்கு இப்படியெல்லாம் தோணுறது சரியா நந்து?"

"நீ இப்போ சொன்னதை உன்னோட அழகான கையெழுத்துல எழுத வச்சு அதை அப்படியே எடுத்து ஃப்ரேம் போட்டு நான் வச்சுக்கணும். நீ அனுபவமில்லாதவள் இல்லை பெண்ணே. பல ஜென்மாந்திரங்களாக காதலைப் பெருக்கிக் கொண்டேயிருக்கும் பெண்ணொருத்தி நீ. காதலில் கை தேர்ந்தவள் நீ. காதலில் மேதை நீ. உன்னை நீ உணரும் விதமும், அதை நீ சொல்லும் விதமும் உனக்கு இந்த ஜென்மம் மாத்திரம் போதாதுன்னுதான் என்னை உணரச் செய்யுது. உன்னோட இந்த மிகப் பெறுமதி வாய்ந்த காதலுக்கு நான் பொருத்தமானவன்தானான்னு எனக்கே சந்தேகமா இருக்கு."

"பொருத்தத்தை சந்தேகப்படுறதுதான் பொருந்தல நந்து. எனக்கு இப்போ ரொம்பப் பசிக்குது. ஏதாவது சாப்பிடணும். உங்களுக்குப் பசிக்கலையா?"

"எனக்குப் பசிக்கவேயில்லை. என்னோட பசியெல்லாம்தான் இப்போ அடங்கிடுச்சே."

"நீங்க மாமிசபட்சிணிங்கறது நீங்க சாப்பிட்டதிலேயே தெரிஞ்சிடுச்சு. இப்போ நீங்க பிரேமபட்சிணியும் கூட."

“சரியாகச் சொல்றாய். சரி. வா போகலாம். இந்தச் சிட்டுக் குருவிக்கு நான் இன்னிக்கு நல்ல சாப்பாட்டை ஊட்டப் போறேன். இந்தத் தோட்டத்துல இப்படியே கொஞ்ச தூரம் நடந்துட்டுப் போனா ஒரு சின்ன வீடு இருக்கு. மதியம் கடந்து ரெண்டு பேரா வரப் போறோம், சாப்பாடு தயாரா வைங்கன்னு நான் வர்றப்பவே அந்த வீட்டுல சொல்லிட்டு வந்தேன். இப்போ அந்தியாகிடுச்சு. சாப்பாடு ஆறிப் போயிருக்கும்.”

“அப்போ முன்னாடியே எல்லாம் திட்டம் போட்டுத்தான் செஞ்சிருக்கீங்க?”

“அப்படியில்ல. திட்டமிடாமலேதான் நமக்கிடையில இன்னிக்கு நிறைய விஷயங்கள் நடந்துச்சே. நான் கொண்டு வந்திருக்கும் துப்பட்டாக்கள்ல ஒண்ணை எடுத்து தோள்ல போட்டு காயங்களை மறைச்சுக்கோ. நிஜம்தான். நீ எவ்வளவு பொறுமையா என்னோட சித்திரவதைகளை ஏற்றுக் கொண்டிருக்கிறாய் பாரு. நானும் உன்மத்தம் பிடிச்சது போல நடந்துக்கிட்டேன்.”

“கையை, மார்பை மறைக்கலாம். முகத்தை என்ன பண்றது? அம்மா கண்டால் என்னவெல்லாம் கேட்பாங்க தெரியுமா? நான் என்ன பதில் சொல்லணும்னு நீங்களே சொல்லிக் கொடுங்க.”

“இப்போ நாங்க சாப்பிடப் போற வீட்ல ஒரு மூதாட்டி மாத்திரம்தான் இருக்கா. அவளுக்கு இதெல்லாம் புரியாது. பெருமழையில மதம் பிடிச்ச எருமை மாடொண்ணு மோதி தோட்டத்துல விழுந்திருந்த ஒருத்தியைக் காப்பாத்திக் கூட்டிட்டு வந்திருக்கேன்னு நான் அவள்கிட்ட சொல்லிக்கிறேன்.”

“இதைக் கூட வேடிக்கையாத்தான் எடுத்துக்கிறீங்க. என்னோட அம்மாவுக்கு என்ன பதில் சொல்றது? நான் அம்மாக்கிட்ட ஒருபோதும் பொய்யே சொன்னதில்ல.

ஏதுமற்ற ஓருலகில் நாங்கள் வாழ்ந்திருந்தால் எமது தொடர்பு இந்தளவு தூரம் வளர்ந்திருக்குமா? நீ இந்தளவு அழகாக எழுதியிருப்பாயா? இல்லாவிட்டால் நான்தான் இந்தளவு ஆழமாக யோசித்திருப்பேனா?

ஆகவே உன்னைப் போட்டுக் குழப்பிக் கொள்ளாமல் ஜன்னலைத் திறந்து வெளியே பார். புற உலகத்தைக் கவனி. அனுபவி. எழுது. அர்த்தங்களோடு நடமாடு. உனது காயம் விரைவிலேயே ஆறி விடும். எஞ்சும் தழும்புகளோ வரலாறில் சேர்ந்து விடும். கடைசியில் வலியின் ஞாபகங்கள் அனைத்தும் எதுவும் மீதமின்றி மறைந்து சூனியமாகி விடும். அவ்வாறே ஆகட்டும்!

என்றும் அன்புடன்,

நந்து.

அதை உன்னிடம் கூறவில்லை. நானோ நிறையப் பாவங்களைச் செய்துள்ள ஒரு பாவி. எனது திட்டங்கள் அனைத்துமே பின்வாங்க முடியாதவை.

உன்னால் மனதைத் தேற்றிக் கொள்ள முடியும் என்பது எனக்குத் தெரியும். நான் வாசிப்பேனோ இல்லையோ பல்லாண்டுகளுக்குப் பிறகு நீ இனிமேல் உனக்காக எழுதத் தொடங்குவாய். எனக்கு அதுதான் வேண்டும். நீ திருமணம் செய்து கொள்வாய். அழகான குழந்தைகளைப் பெற்றெடுப்பாய். உனது கணவனுக்கு சிறந்த மனைவியாக நீ இருப்பாய். நீ அவ்வாறானதொரு சாதாரண வாழ்க்கையை வாழ்வதையே நான் விரும்புகிறேன். ஆனால் நீயோ ஒரு சாதாரணமான பெண்ணாக இருக்க வேண்டிய அவசியமில்லை.

என்னதான் எம்மைச் சுற்றியுள்ள வரையறைகளைக் கடந்து யோசிக்க எம்மால் முடிந்தபோதிலும் வரையறைகளைக் கடந்து நாம் வாழ்வது எளிதில்லை. ஆனால் வரையறைகளையும், கட்டுப்பாடுகளையும் கடந்து வாழ்வதுதான் சுவையானது என்றுதான் நாங்கள் நம்புகிறோம், கனவுகள் காண்கிறோம். இல்லை. அது உண்மையில்லை நந்தி.

வாழ்க்கையானது இனிப்பானதோ, கசப்பானதோ அல்ல. வாழ்க்கையானது தண்ணீரைப் போல தூய்மையானது. சுவையேதுமற்றது. தெட்டத் தெளிவானது. நாங்கள் பயன்படுத்தும் அல்லது பயன்படுத்த நினைத்திருக்கும் சுவையூட்டிகளைக் கொண்டுதான் வாழ்க்கையின் இனிப்பும், கசப்பும் தீர்மானிக்கப்படுகிறது.

வரையறைகளைக் கடக்க முடியாத வேதனைகளால் தான் கலைப் படைப்புகள் உருவாகின்றன. வரையறை

இருக்க நேர்ந்தால் நீ அதிலிருந்து மீள உனக்கு நான் இடமளிக்கவே மாட்டேன். எனக்கு உன்னை அவ்வளவு பிடித்திருக்கிறது. என்றாலும் நான் இப்போது உனது எதிர்காலத்தைப் பற்றி மாத்திரமே யோசிக்கிறேன் நந்தி.

நீ எழுது. நீ பிறந்திருப்பதே எழுதுவதற்காகத்தான். எனக்காகவல்லாமல் உனக்காக நீ எழுது. நீ ஒரு படைப்பாளி. என்னிலிருந்து வெளியேறி நீ உனது வாழ்க்கையை வாழத் தொடங்கு. நீ எனக்காக அளித்த பன்னிரண்டு ஆண்டுகளுக்கும் நான் நன்றிக் கடன்பட்டிருக்கிறேன். இனி வரும் எனது வாழ்க்கையை நான் தனிமையில் கழிக்க நேர்ந்தாலும் அந்த வாழ்க்கைக்கு உனது இந்த அபரிமிதமான காதலே எனக்குப் போதும். அந்தப் பன்னிரண்டு ஆண்டுகளும் எனது வாழ்க்கைக்கு ஒரு நீண்ட ஆயுளைத் தந்திருக்கின்றன. ஆகவே நாளைக்கே நான் மரணித்தாலும் எனக்குப் பரவாயில்லை.

நீ கூறியதைப் போலவே நாங்கள் ஏன் நட்பைக் காதலால் மூடி மறைக்க வேண்டும்? நேற்றைப் போலவே இன்னும் சில தினங்களை நாங்கள் ஒன்றாகக் கழித்தால் எனக்குப் பைத்தியமே பிடித்து விடும் நந்தி. காதலும் அலுத்துப் போய் விடும். எனக்குப் பைத்தியம் பிடிக்கும் முன்பே உனக்காக ஏதாவது செய்ய வேண்டும் என்று எனக்குத் தோன்றுகிறது. எமது நட்புக்காக என்னால் இந்த உன்மத்தக் காதலைக் கை விட முடியும். நீதான் எனக்கு அதைக் கற்றுக் கொடுத்தாய். இனி நீதான் விழித்துக் கொள்ள வேண்டும்.

உன்னை நோகடிக்க வேண்டும் என்றுதான் வெளிநாட்டில் நிரந்தரமாகக் குடியேற அனைத்து ஏற்பாடுகளையும் நான் செய்துள்ள போதிலும்

நானோ அந்தகாரத்தில் நடமாடுபவன். எனது கண்கள் இருளுக்குப் பழக்கப்பட்டிருப்பவை. நீயோ வெளிச்சத்தைக் கக்குபவள். நீ நெருங்கும் அனைத்துமே வெளிச்சத்தைப் பிரதிபலிப்பவை. அந்த முற்றுமுழுதான, சிறந்த வெளிச்சத்தை நீ ஒருவனுக்கு மாத்திரம் தரத் தயாராக இருப்பதை நான் நேற்று எனது கண்களாலேயே நேரில் கண்டேன் நந்தி. அந்த வெளிச்சத்துக்கு நான் பொருத்தமானவனல்ல.

வாழ்க்கையின் நிஜ வலியைக் குறித்து இப்போது அறிந்திருப்பாய் நீ. வாழ்க்கையின் நிஜ ஸ்பரிசத்தைக் குறித்தும் இப்போது அறிந்திருப்பாய் நீ. காதலின் எல்லையற்ற கவலையை இப்போது அனுபவித்துக் கொண்டிருப்பாய் நீ. இப்போது வளர்ந்து பக்குவமடைந்துள்ள பெண்ணொருத்தி நீ. ஒரு பெண்ணாக, பெற வேண்டிய அத்தனை அனுபவங்களையும் என் மூலமாகத்தானே பெற்றிருக்கிறாய் நீ.

ஒரே ஒரு நாளின் ஒரு சில மணித்தியாலங்களில் உனக்கு அதை நான் கற்றுக் கொடுக்க விரும்பினேன். நீ காதல் அனுபவங்களை எனக்காகத்தான் கை விட்டாய். ஆகவே காதலின் இனிமையைப் போலவே அதன் கசப்பையும் கற்றுக் கொடுப்பது எனது கடமையாகிறது.

உனது வெளிச்சத்தை என்னோடு நிறுத்திக் கொள்ளாதே. எனக்காக வருந்தாதே. இனிமேல் என்னை விட்டு விலகி விடு. நீ இப்போது என்னைக் கை விடவில்லையென்றால் நீ விழப் போகும் படுகுழியிலிருந்து உன்னை மீட்டெடுக்க என்னால் முடியாமல் போகும் நந்தி. நான் எப்போதோ ஒரு படுகுழிக்குள்தான் வீழ்ந்து கிடக்கிறேன். அந்தப் படுகுழிக்குள் உன்னை அணைத்துக் கொண்டு

நந்தி,

என்னை மன்னித்து விடாதே. நான் மன்னிப்புக் கேட்கவும் மாட்டேன். இன்று உன் வீட்டுக்கு அழைத்ததன் பிறகுதான் நீ எந்தளவு உடைந்து போயிருக்கிறாய் என்பது எனக்குப் புரிந்தது. உனது அதி தூய்மையான காதலுக்கு எவ்வளவு வெறுப்பு மிகுந்த முடிவொன்றைத் தந்திருக்கிறேன் என்பது எனக்கு சாகும்தருவாயிலும் ஞாபகம் வரும். இந்தக் குற்றவாளிக்குத் தண்டனையளிக்க நீதான் பொருத்தமானவள் நந்தி. மிகச் சிறந்த நாளுக்கு ஒரு மோசமான முடிவைத் தர வேண்டியிருக்கும் என்பதை நான் முன்பே அறிந்திருந்தேன் நந்தி.

நீ மிகவும் அப்பாவியான ஒருத்தி. அப்படிப்பட்ட உனக்கு இந்தக் கவலையைத் தர வேண்டும் என்பதை நான் திட்டமிட்டேதான் செய்தேன். ஆமாம். இது ஒரு கொலையைச் செய்வதை விடவும் குரூரமானதுதான். இதை நீ எப்படித் தாங்கிக் கொள்வாய்? என்றாலும் உனதுள்ளம் வலிமையானது என்பதையும் நான் அறிவேன்.

உன்னிடம் கூறிய எவையும் பொய்யில்லை. உன்னை முத்தமிட்டதுவும் பொய்யில்லை. நம்மிடையே நடந்தவை அனைத்தும் உண்மையானவை. வாழ்க்கையில் ஒருபோதும் இல்லாமல் நேற்று நம்மிடையே நடைபெற்ற அனைத்துமே உண்மையான காதலால்தான் நடந்தேறின. உனது காதலைப் போலவே எனது காதலும் அதி தூய்மையான ஒருண்மை.

உன்னை விடவும் இந்த வாழ்க்கையில் அதிக தூரம் நான் பயணித்திருக்கிறேன். நீயோ இப்போதுதான் வாழ்க்கையைத் தொடங்கியிருக்கிறாய்.

அவன் எதற்கு என்னை அழைக்க வேண்டும்? கேடு கெட்டவன். என்னை இந்தளவு நெருப்பில் தள்ளி விட்டு இப்போது நலம் விசாரிக்கத் தேடுகிறான். நான் மனதுக்குள் தொடர்ச்சியாக அவனைத் திட்டிக் கொண்டேயிருந்தேன். மனதின் படபடப்பு இன்னும் தணிந்திருக்கவில்லை. தூங்கி எழுந்ததாலும், மாத்திரைகளாலும் காய்ச்சல் குறைந்திருந்தது. என்றாலும் நெஞ்சு வெடித்து உள்ளேயிருந்து குருதி பெருக்கெடுத்துப் பாய்வது போல மனம் வலித்ததால் ஏதோ பைத்தியம் பிடிப்பது போல உணர்ந்தேன். ஆகவே அந்தப் படுக்கையிலேயே கொஞ்ச நேரம் ஒரு பிணம் போல கிடந்தேன்.

சிறிது நேரத்தில் அம்மாவின் கஞ்சி தந்த சக்தியால் நான் எழுந்து தூய்மையாகி ஆடை மாற்றிக் கொண்டேன். நான் செய்யாத தவறுக்கு நான் ஏன் பைத்தியக்காரி மாதிரி இருக்க வேண்டும்? நான் ஏன் எனக்கே தண்டனை அளித்துக் கொள்ள வேண்டும்? கைபேசியின் பேட்டரி தீர்ந்து போய் அதை மின்னேற்றி விட்டு இயக்கியதுதான் தாமதம், கைபேசியாலே தாங்க முடியாத அளவுக்கு தவற விட்ட தொலைபேசி அழைப்புகள் குறித்த குறுந்தகவல்கள் வந்து நிறைந்தன. அனைத்துமே நந்துவிடமிருந்து வந்த அழைப்புகள். அவ்வாறென்றால் அவனும் உறங்கியிருக்க மாட்டான். அவ்வாறென்றால் என்னை வதைத்தவனும் அங்கு வலியில் துடித்திருக்கிறான்.

'check mail and pls read it completely' என்ற குறுந்தகவலை காலை ஒன்பது மணிக்கு அனுப்பியிருந்தான். அதாவது வீட்டுக்கு அழைத்து அம்மாவுடன் பேசியதன் பிறகு அனுப்பியிருக்கிறான். அப்படியென்றால் அவன் எவ்வாறு தனது பக்க நியாயத்தைக் கூறுகிறான் என்று பார்க்கலாம் என்றுதான் நான் கணினியைத் திறந்தேன்.

உரக்கச் சொல்லாத சின்னஞ் சிறிய கதை | 153

“நேத்து நெட்டைப் போட மறந்துட்டேன். நுளம்புகளும், பூச்சிகளும் கடிச்சிட்டே இருந்துச்சு. வலியில ஒழுங்காத் தூங்கவேயில்ல நான். உங்களைக் கூப்பிடக் கூட முடியாத அளவுக்கு ஒரே ஆயாசமா இருந்துச்சு. வலியில உதட்டைக் கடிச்சிட்டிருந்தேன்.”

“என்னைக் கூப்பிட்டிருக்கலாமேம்மா... உனக்கு இந்தளவுக்கு உடம்பு சரியில்லைன்னு எனக்குத் தெரியாதே. நீ இப்போ இந்தப் பெனடோலைக் குடிச்சிட்டு கொஞ்சம் தூங்கு. நல்லா விடிஞ்சதும் டாக்டர்கிட்ட போகலாம். நான் போய் கஞ்சி காய்ச்சு எடுத்துட்டு வர்றேன். இல்லேன்னா நடமாடக் கூட முடியாமப் போயிடும்” என்ற அம்மா மாத்திரையைத் தந்து விட்டு சமையலறைக்குப் போனாள்.

திரும்பத் திரும்ப அம்மாவிடம் பொய் சொல்வதைக் குறித்து என்னை நானே சபித்தேன். அம்மாவின் மனதிலும், கைகளிலும் அனுதாபமும், கருணையும், பாசமும் பொங்கி வழிந்ததால் எனது கண்கள் தாமாகவே மூடிக் கொண்டன. மீண்டும் கண் விழித்துப் பார்க்கையில் அம்மா எனதருகில் அமர்ந்திருந்தாள்.

“இப்போ காய்ச்சல் குறைஞ்சிருக்கா மகளே?”

“நல்லாத் தூங்கிட்டேன்மா. இப்போ கொஞ்சம் பரவாயில்ல.”

“பத்து மணி கடந்துடுச்சு. அதான் உன்னோட ஆபிஸுக்கு கால் பண்ணி உனக்கு உடம்பு சரியில்லைன்னு தகவல் சொல்லிட்டேன். சரி. இப்போ கொஞ்சம் கஞ்சி குடி. நான் போய் திரும்ப சூடாக்கி எடுத்துட்டு வர்றேன். நந்துவும் கால் பண்ணான். நீ ஃபோனை வீட்டுல வச்சிட்டா வேலைக்குப் போயிருக்காய்ன்னு விசாரிச்சான். அவன்கிட்டயும் இந்தத் தகவலைச் சொல்லிட்டேன்.”

போலியானது. அவனது நாடகத்துக்கு என்னைத் தேர்ந்தெடுத்தது ஏன்? அவன் ஏன் எனக்கு இவ்வாறு செய்தான்?

யதார்த்தமாக, சாந்தமாக சிந்திக்க மனம் இடம் கொடுக்கவில்லை. இவ்வளவு காலமும் வாழ்ந்த வாழ்க்கையின் உச்சபட்ச வலியை அனுபவித்தவாறுதான் இரவு முழுவதையும் கழித்தேன். ஏன் நந்து இவ்வாறு செய்தான் என்று ஒவ்வொரு நொடியும் தோன்றிக் கொண்டேயிருந்த போதிலும் என்னால் அதற்கொரு பதிலைத் தேடிக் கண்டடைய முடியவேயில்லை.

விடிகாலையில் அம்மா எனதறைக்குள் வந்தாள்.

"மகள், ஆறு மணியாகுது செல்லம். இப்போ எப்படியிருக்கு உனக்கு? ஐயோ... உடம்பு நல்லாக் காயுதே..."

அம்மாவின் பாசம் எல்லையற்றது. அவளது அன்பில் நனையும் போது மனதும் குழந்தையாகும். இந்த உலகம் முழுவதுமே அன்பால் நிறைந்திருக்கிறது என்று தோன்றும். அந்த மாயை அழிந்து தனித்துப் போகும் நாளில் அம்மா மாத்திரமே அருகிலிருப்பாள்.

அம்மா விரைந்து போய் மூலிகை எண்ணெய்யை எடுத்துக் கொண்டு வந்து எனது உச்சந்தலையில் தேய்த்து விட்டாள். வெந்நீரில் நனைத்த மெல்லிய துணித் துண்டொன்றை நெற்றியில் வைத்து விட்டாள். கழுத்தைத் துடைத்து விட்டாள். நான் மூடி மறைக்க வேண்டிய பலதும் நானே அறியாமல் வெளிப்பட்டிருந்தன.

"ஏன் கழுத்துல அங்கங்க நீலம் பாரிச்சிருக்கு? வீங்கியுமிருக்கு? முகமும் அதைச்சுப் போயிருக்கு? உதடும் காயமாகியிருக்கு? என்னாச்சு மகளே?"

கடவுளே...! இன்று வரை நான் மனதாலோ, உடலாலோ, வார்த்தைகளாலோ எந்தப் பாவங்களும் செய்தவளில்லை. அப்படியிருந்தவள் இன்று பெரும்பாவங்கள் பலவற்றைச் செய்ததால்தானா இந்தத் தண்டனையை எனக்குத் தந்திருக்கிறாய்? அம்மாவிடம் பொய் சொன்னேன். அலுவலகத்தில் போய் சொன்னேன். இன்னொருத்தியின் கணவனுடன் காதலில் கட்டுண்டு களித்துக் கிடந்தேன். தவறான காமத்தில் ஈடுபட்டேன். அதற்காகத்தானா எனக்கு இந்தளவு வலிய தண்டனையைத் தந்திருக்கிறாய்? நான் செய்த பாவங்களுக்குரிய தண்டனையை ஏன் அதே நாளில் தந்திருக்கிறாய்? இந்த இருபத்தேழு வயதில் ஒரு தடவை கூட நான் பாவம் இழைக்கக் கூடாதா? ஒரே ஒரு நாள் மாத்திரம் நான் தவறிழைக்கக் கூடாதா? நான் என்ன முற்றும் துறந்தவளா? இல்லாவிட்டால் தேவ தூதரா? நானும் மனுஷிதானே! எனக்கும் ஆசாபாசங்கள் இருக்கின்றனவே!

உலகில் எத்தனை எத்தனை குற்றங்களைச் செய்யும் மனிதர்கள் இருக்கிறார்கள். நான் காதலின் தாத்பரியங்கள் எதையும் அறிந்தவளில்லை. பால்ய கால சிநேகிதனுக்குக் கடிதம் எழுதியதா எனது குற்றம்? எனக்கே தெரியாமல் அவன் மீது காதல் தோன்றினால் அது பாவ காரியமா? பல்லாண்டுகளாக இதயத்தில் ஒளிந்திருந்த காதலை சரீரத்தின் வழியே வெளிப்படுத்தினால் அதற்கு இந்த ஆயுள் தண்டனையா? இவ்வாறு செத்துச் செத்துப் பிழைப்பதை விடவும் ஒரே தடவையாக செத்துப் போவதே மேல்!

கைபேசியோ விடாமல் ஒலிக்கத் தொடங்கியது. அந்தக் கொலைகாரனிடமிருந்து வரும் அழைப்புகள் அவை. கைபேசியை அணைத்து வைப்பதா? வேண்டாம். அதன் ஓசையை நிறுத்தி வைத்தேன். என் மனதை இந்தளவு வதைக்க அவனால் எப்படி முடிகிறது? அவனது காதல்

கூட பரவாயில்லை. ஆனால் அன்பைக் காட்டித்தானே மோசம் பண்ணினான் அந்தப் பொறுக்கி.

"மகளே... ஏன் சுவருல சாய்ஞ்சிட்டிருக்காய்? அண்ணன் கிளம்புறாராம். உனக்கு என்ன ஆச்சு? உடம்பு சரியில்லையா? இப்போ நல்லாத்தானே இருந்தாய்?"

"இல்லம்மா... தங்கச்சி வர்ற வழி முழுக்க தலைவலிக்குது, உடம்பு நோகுதுன்னு சொல்லிட்டே இருந்தா. ஏதோ காய்ச்சல் வரப் போகுதுன்னு நினைக்கிறேன். இவளோட ஆபீஸ்-லயும் நிறையப் பேருக்கு வைரஸ் காய்ச்சல் இருக்குன்னு சொன்னா. தங்கச்சி, நாளைக்கு நீ வேலைக்குப் போகாதே. சரியா? நான் போயிட்டு வாறேன் தங்கச்சி. ஆஸ்திரேலியாவுக்குப் போக முன்னாடி ஒரு நாள் நான் இங்க வர்றேன்."

ஒரு மாவீரனைப் போல இப்போது என்னைக் காப்பாற்றப் போராடும் அந்தக் கொடூரன் என்னருகே வந்து என்னை அரவணைத்து விடைபெற்றான். நான் கல்லாகச் சமைந்து நின்று மனதுக்குள் சாபமிட்டவாறே அவனுக்கு விடை கொடுத்தேன். இந்தளவு மோசமான, வஞ்சகமான, கெட்டவனை நான் இனிமேல் எனது எந்த ஜென்மத்திலும் ஒரு தடவை கூட சந்திக்கவே கூடாது! கூடாது!! கூடாது!!!

நந்துவின் வாகனம் இயக்கப்படுவது கேட்டது. நானோர் இயந்திரம் போல அறைக்குள் நுழைந்து கட்டிலில் விழுந்தேன். அம்மா பனடோல் மாத்திரைகள் இரண்டையும், தண்ணீரையும் தந்து எனது தலையைத் தடவிவிட்டுச் சென்றாள்.

இனிமேல் நான் எப்போது நிம்மதியாக உறங்கப் போகிறேன்?

இங்கு வந்து செல்லத் தொடங்கினால் எனது நிலைமை என்னவாகும்? நந்துவுக்கு எனது மனது புரிந்திருக்க வேண்டும்.

“வேணாம் அப்பா. குழந்தையை விடுவோம். நாடோடி மாதிரி ஒவ்வொரு நாடா அலைஞ்சிட்டிருக்குற என்னோட இந்த வாழ்க்கை இப்போ எனக்கே அலுத்துடுச்சு. அதான் நாங்க ஆஸ்திரேலியாவிலேயே குடியேறிடலாம்னு என் பொஞ்சாதி சொல்றா. எல்லாம் தயாராகிடுச்சு. இன்னும் மூணு மாசத்துல நானும் அங்கே போயிடுவேன். ஒண்ணு ரெண்டு வேலை பாக்கியிருக்கு. அதை முடிக்கணும். அதனாலதான் இன்னிக்கு தங்கச்சியையும், உங்களையும் பார்த்துட்டுப் போக வரணும்னு எனக்குத் தோணுச்சு. இனிமேல் திரும்ப எப்போ வரக் கிடைக்கும்னு எனக்கு சொல்லத் தெரியல.”

எனது தலையில் யாரோ சம்மட்டியால் அடித்தது போலத்தான் அந்த வார்த்தைகள் எனது காதில் விழுந்தன. நான் உயிரற்றுப் போனது போல உணர்ந்தேன். எவ்வளவு பெரிய விடயத்தை என்னிடம் மறைத்திருக்கிறார்? இன்று பத்து மணித்தியாலங்களுக்கும் மேலாக என்னுடனே இருந்தவர். வாழ்க்கையின் மிகவும் இனிய நாளை இவ்வளவு மோசமாக முடித்துவைக்க நந்துவுக்கு எப்படி மனது வந்தது? அவ்வாறென்றால் இன்று நாள் முழுவதும் என்னிடம் அவர் சொல்லிக் கொண்டிருந்ததெல்லாம் பொய்யா? பொய்காரன்! துரோகி!

எனது வீட்டுக்குள்ளிருந்து கொண்டு, எனது பெற்றோரின் முன்னிலையில் அவனால் எவ்வாறு என்னை இந்தளவு வேதனைப்படுத்த முடிகிறது? இனியும் நான் எத்தனை விடயங்களை மறைத்து வைத்திருக்க வேண்டியிருக்கும்?! நானும் மனுஷிதானே? இதற்கு அவன் எனது கழுத்தை நெரித்து என்னைப் பாலியல் வல்லுறவு செய்திருந்தால்

“தங்கச்சி என்கிட்ட சொன்னா. அவள் எழுதுற கடிதங்கள்லதான் எல்லா விபரத்தையும் விளக்கமா எழுதியனுப்புவாளே. எனக்கும் இங்க வர்றதுக்கு நேரமே கிடைக்கல. ஆனா அவளோட கடிதங்களால நான் என்னோட வீட்டில இருந்ததைக் காட்டிலும் கூடுதலா இந்த வீட்டுலதான் இருந்திருக்கேன்.”

“அது உண்மைதான். உங்களுக்குக் கடிதம் எழுதி எழுதியே அவளோட ஜீவிதம் கழிஞ்சிட்டிருக்கு. இப்போ இருபத்தேழு வயசாகுது. அவளோட எதிர்காலத்தைப் பற்றியும் அவள் யோசிக்க வேணும், இல்லையா நந்து?”

“அதான் நானும் அவள்கிட்ட எப்பவும் கேட்டுட்டிருக்கேன் எப்போ மாப்பிள்ளை பார்க்கணும்னு.”

எனது அம்மாவின் முன்னிலையில் போலியாக அபிநயக்கும் நந்துவின் நடிப்புக்கு விருதுதான் வழங்க வேண்டும். இரவுணவை அருந்திய பிறகும் அவர்களது உரையாடல்களுக்கு முடிவேயிருக்கவில்லை. அம்மா நந்துவின் மனைவியைப் பற்றிக் கேட்கும்போதெல்லாம் அவர் வேண்டுமென்றே பேச்சை மாற்றுவது புரிந்தது. அவளது தங்கைக்கு இரட்டைக் குழந்தைகள் பிறந்திருப்பதால் இப்போது அவள் ஆஸ்திரேலியாவுக்குப் போயிருக்கும் தகவல் மாத்திரம் பேச்சினிடையே தானாக வெளிவந்தது.

நந்துவுக்கு இன்னும் குழந்தைகள் இல்லை என்பதால் ஊரிலிருக்கும் நாட்டு மருத்துவரைப் பரிந்துரைத்துக் கொண்டிருந்தார் அப்பா. நாட்டின் நாலாபுறங்களிலிருந்தும் அந்த மருத்துவரைத் தேடி ஆட்கள் வருவதைப் பற்றியும், அவர்களது கனவுகள் நனவாகுவதைப் பற்றியும் அப்பா கூறிக் கொண்டிருக்கையில் என்னால் அதைத் தாங்கிக் கொள்ள முடியாமலிருந்தது. அப்பா இவ்வாறெல்லாம் சொல்லி கடைசியில் நந்து தனது மனைவியோடு

அவரோடு ஒட்டிக் கொண்டேன். அவர் தனது பழைய புகைப்படங்களைக் காட்டினார். அந்த வீட்டிலிருந்த மூதாட்டிக்குப் புரியாத வண்ணம் ஆங்கிலத்தில் பேசி என்னுடன் செல்லம் கொஞ்சினார்.

அவ்வேளையில் நாங்கள் உரையாடியதன் அர்த்தங்களை விடவும், ஒருவரையொருவர் நெருங்கியிருந்து ஒருவர் மற்றவரது சுவாசக் காற்றின் சூட்டில் காலத்தைக் கடத்தும் மகிழ்ச்சியே மிகைத்திருந்தது. காலமோ முன்னொருபோதுமில்லாத வேகத்தோடு கழிந்து கொண்டிருந்தது.

வாகனம் பிரதான தெருவுக்கு வரும்போது மாலை ஆறு மணியையும் கடந்திருந்தது. ஏனைய நாட்களில் ஆறரை மணியாவதற்குள் வீட்டில் இருப்பவள் நான். ஆகவே தொலைபேசியில் அம்மாவை அழைத்து நந்துவுடன் வீட்டுக்கு வருவதாகவும், அவருக்கும் சேர்த்து ஏதாவது சமைத்து வைக்குமாறும் கூறினேன்.

ஏழரை மணியளவில் நாங்கள் வீட்டை அடைந்திருந்தோம். அம்மாவும், அப்பாவும் மிகுந்த சந்தோஷத்தோடு நந்துவை வரவேற்கையில் அவர் இருவரையும் அணைத்துக் கொண்டார்.

“இந்தப் பிள்ளையை எத்தனையோ வருஷங்களுக்குப் பிறகு காண்கிறோம்.”

“ஆமாம் அம்மா. நான்தான் ஓரிடத்தில் இருக்குறதில்லையே. ஒவ்வொரு வேலைக்காக நாடு நாடா போயிட்டிருக்கேன்.”

“உங்க பொஞ்சாதி எப்படியிருக்காங்க? எங்களுக்கு உங்க கல்யாணத்துக்கும் வரக் கிடைக்கல. அந்தச் சமயத்துலதான் இவருக்கு ஹார்ட் அட்டாக் வந்துருந்துச்சே.”

என்னோட முகத்தைப் பாருங்க. நல்லா வீங்கிப் போயிருக்கு. உதடுகளைப் பாருங்க எப்படிக் கடி வாங்கி வீங்கியிருக்குன்னு."

"நாங்க நல்லா இரவானதுக்கப்புறம் உன்னோட வீட்டுக்குப் போவோம். நானே உன்னைக் கூட்டிக் கொண்டு போய் வீட்டுல விடுறேன். உன்னோட உன் வீட்டுக்குப் போகத்தான் நான் நினைச்சிட்டிருந்தேன். அம்மாவைப் பார்த்து எவ்வளவோ வருஷங்களாச்சு. அவங்க என்னோட கதைச்சிட்டிருக்குறப்ப உன்னைக் கவனிக்க மாட்டாங்க. நாளைக் காலைல இந்தக் காயமெல்லாம் ஆறிடும்.

"என்னோட வீட்டுக்கு வரப் போறீங்களா? உங்களால அம்மாவுக்கு முகங்கொடுக்க முடியுமா?"

"எப்படியோ உன்னோட முகத்துக்காக நான் அம்மாவுக்கு முகங்கொடுக்கிறேன். இல்லேன்னாலும் இந்த முகத்தோடு உன்னை எப்படித் தனியா பஸ்ஸுல அனுப்பி வைக்க முடியும்? நான் அம்மாவுக்கும் ஒரு பரிசை வாங்கியிருக்கேன். உன்னோட வீட்டுக்கு எத்தனை வருஷம் கழிச்சு வரப் போறேன்? முன்னாடில்லாம் உன்னோட அம்மா கையால எத்தனை தடவை சாப்பிட்டிருக்கேன்."

"அடடா... முன்னாடி சாப்பாடு சாப்பிட்டு இப்போ அம்மாவுக்கென இருக்குற ஒரேயொரு மகளையும் சாப்பிடுறீங்கன்னு அம்மா தெரிஞ்சிக்கிட்டாங்கன்னா?"

"அதெல்லாம் தெரிஞ்சிக்க மாட்டாங்க."

அந்த வீட்டிலிருந்த மூதாட்டி எமக்காக சமைத்த உணவை மீண்டும் சூடுபடுத்தித் தந்தாள். அந்தச் சுவையான உணவை உட்கொண்டதன் பின்னர் நந்து தனது மடிக்கணினியைத் திறந்து ஏதோ வேலை செய்வது தெரிந்தது. மழை பெய்யத் தொடங்கி ஓயவேயில்லை. நான் அவருக்கு உதவுவது போல அருகிலேயே அமர்ந்திருந்தேன். வேண்டுமென்றே